ഓർമ്മകളുടെ മൂക്കിപ്പുതാരി

ഐശ്വര്യ വിജയൻ

ORMMAKALUDE SOOKSHIPPUKAARI

Published by Notion Press 2024

ISBN: xxx-x-xxxxx-xx-x

ആമുഖം

A MUSICIAN MUST MAKE MUSIC, AN ARTIST MUST PAINT, A POET MUST WRITE, IF HE IS TO BE ULTIMATELY HAPPY. WHAT A MAN CAN BE, HE MUST BE. THIS NEED WE MAY CALL SELF-ACTUALIZATION".

ABRAHAM MASLOW

ജീവിതത്തിലെ ഏറ്റവും വലിയ ഒരു ആഗ്രഹമായിരുന്ന സ്വ ന്തമായിട്ട് ഒരു പുസ്തകം എന്നത്.

സങ്കടങ്ങൾ കൂമ്പിഞ്ഞ് കൂടി എനിക്ക് എന്റെ സങ്കടങ്ങൾ പറയാനും എന്നെ കേൾക്കാനും, മനസിലാക്കാനും ആരും ഇല്ലാലോ എന്ന് സ്വയം പറഞ്ഞ് അലറി കരഞ്ഞപ്പോൾ "നിനക്ക് ഞാൻ ഇല്ലേ? എന്റെ കുട്ടിയെ നിന്റെ സങ്കടങ്ങളെയും, വിഷമങ്ങളെയും നീ ഒരു പേപ്പറിൽ പകർത്ത്" എന്ന് അക്ഷരങ്ങൾ വന്നു പറഞ്ഞപ്പോഴാണ് ഞാൻ എഴുതി തുടങ്ങിയത്.

"ഒരു ഇൻസ്റ്റാഗ്രാം അക്കൗണ്ട് എടുത്ത് നീ അതിൽ എഴുതിയിട്" എന്ന് പ്രിയ സുഹൃത്ത് ശരണ്യ ആണ് പറഞ്ഞത്, അവളിൽ നിന്നാണ് എന്റെ എഴുത്തുകൾ വായിക്കാൻ ആളുണ്ടായ ത്. വന്നത് ആദ്യ ഒരു വർഷം ഒളിഭിയിരുന്ന എഴുത്തുകളാ യിരുന്നു.

ഞാനാണ് എഴുതുന്നത് എന്ന് അറിയരുതെന്ന് എനിക്ക് നിർബന്ധമായിരുന്നു. മാധവിക്കുട്ടി അമ്മയുടെ ഫോട്ടോയും, മാളൂ എന്ന എന്റെ വിളിപ്പേരിൽ എന്റെ മുഖം മറച്ചു പേര് ഒളിച്ചു എഴുതി.

അങ്ങനെ ഒരു പ്രളയ കാലത്ത് എന്റെ ആമിയെ പരിചയ പെട്ടു (അമ്മു സജിത്ത്). ആ പരിചയമാണ് ഇന്ന് നിങ്ങളുടെ കണ്മുന്നിൽ കാണുന്ന ഈ പുസ്തകം. ആമിയുടെ നേതൃത്വത്തിൽ ആദ്യം എഴുതിയത് "ദേവനന്ദ" എന്ന ഒരു കഥയായിരുന്നു. നിന്റെ മുഖവും, നീ ആരാണെന്നും എഴുത്തിന്റെയും, വായനയുടെയും ലോകം അറിയണം ആ ഒരു വാക്കിന്റെ പുറത്താണ് എന്റെ ഇൻസ്റ്റാഗ്രം പ്രൊഫൈൽ ഫോട്ടോയും, ബയോയും എന്റേത് ആയത്.

എന്റെ അക്ഷരങ്ങൾ അയടി മഷിയെ ആദ്യമായി ചുംബിയത് അഹംസ്വരൂപത്തിലായിരുന്നു. അഹംസ്വരൂപത്തിന്റെ ഫൈനൽ എഡിറ്റിംഗ് കഴിഞ്ഞ് ആമി എന്നോട് പറഞ്ഞ വാക്കുകൾ കരഞ്ഞു കൊണ്ടാണ് ഞാൻ കേട്ടത്

"മാളൂ നീ വെറുതെയെങ്ങ് ജീവിക്കണ്ടേവൾ അല്ല, നീ എന്ന ഒരു എഴുത്തുകാരി ഉണ്ടെന്ന് വയനാലോകം അറിയണം" എന്നായി രുന്ന അത്. വെറും വെറുപ്പിര് എന്ന് പലരും പറഞ്ഞ എഴുത്തുകൾ ക്ക് എനിക്ക് കിട്ടിയ അംഗീകാരമായിരുന്ന അത്.

ആ വാക്കുകൾ മുറകെ പിടിച്ചു തുടങ്ങിയ യാത്രയാണ് ഇന്ന് ഇവിടെ ഈ "ഓർമ്മകളുടെ സൂക്ഷിപ്പുകാരി"യിൽ എത്തി നിൽക്കുന്ന ത്. എന്റെ ഓർമ്മകളുടെയും, അനുഭവങ്ങളുടെയും സൂക്ഷിപ്പുകളെയാണ് ഞാൻ ഇവിടെ എഴുതി ചേർത്തിരിക്കുന്നത്.

ഐശ്വര്യ വിജയൻ

1994 ഒക്ടോബർ 29ന് പത്തനംതിട്ട ജില്ലയിലെ മുക്കൂട്ടുതറയിൽ വിജയന്റെയും ശോഭനയുടെയും മകളായി ജനനം . എം. ജി യൂണിവേഴ്സിറ്റിയിൽ നിന്ന് MSW, ഇന്ദ്രഗാന്ധി യൂണിവേഴ്സിറ്റിയിൽ നിന്ന് MA സൈക്കോളജി എന്നിവ നേടി. കേരള ഗവണ്മെന്റ് സ്കൂളിൽ സ്റ്റുഡന്റ് കൗൺസിലറായി സേവനമനുഷ്ഠിച്ചിരുന്നു . ഇപ്പോൾ ദുബായിൽ കൗൺസലിങ് മേഖലയിൽ സേവനമനുഷ്ഠിച്ചവരുന്നു.

ഭർത്താവ്: രാഹുൽ ബാബു

മുമ്പ് പ്രസിദ്ധീകരിച്ച രചനകൾ: "അഹംസ്വരൂപം" (നോവൽ), "കഥ 2021", "മേൽവിലാസം തേടി" (കഥാ സമാഹാരങ്ങൾ).

നന്ദി...

ഇങ്ങനെ ഒരുവൾ ഒരിക്കൽ ജീവിച്ചിരുന്നു എന്ന തെളിവ്
ഉണ്ടാക്കി നൽകിയ എന്റെ ആമിക്ക് (അഞ്ജു സഞ്ജിത്ത്),

നീ എഴുത്ത് നിർത്തരുത് എന്ന് ഓർമ്മിപ്പിച്ചുകൊണ്ടിരിക്കുന്ന
എന്റെ സൗഹൃദങ്ങൾക്ക്,

അത്രമേൽ ആഴത്തിൽ സ്നേഹിക്കാനും, സ്നേഹിക്കപ്പെടാനും
എന്നെ അർഹമാക്കിയ അച്ഛായിക്കും, അമ്മയ്ക്കും,

സ്നേഹത്തിന്റെ എല്ലാ അതിർവരമ്പുകളും ലംഘിച്ച് എന്നെ
സ്നേഹിക്കുന്ന നിനക്ക്.

ഐശ്വര്യ വിജയൻ

അവതാരിക

ഓർമ്മകളോളം നമ്മിൽ ആഴത്തിൽ പതിഞ്ഞു കിടക്കുന്ന മറ്റൊന്നും തന്നെയില്ല. നൊമ്പരപ്പെടുത്തുന്നതാവട്ടെ സന്തോഷം നിറയ്ക്കുന്നതാവട്ടെ എന്ത തന്നെയായാലും ഓർമ്മകളെ ഇടക്കിടെ എടുത്ത് പൊടിതട്ടി സൂക്ഷിച്ച് വയ്ക്കാത്ത മനുഷ്യർ നന്നേ കുറവാണ്. അത്തരത്തിൽ മഞ്ചാടിമണികൾ പോലെ സൂക്ഷിച്ച വച്ച ഓർമ്മകളെ, ജീവിതത്തെ, മനുഷ്യരെയൊക്കെ പറ ഞ്ഞു വയ്ക്കുകയാണ് ഐശ്വര്യ വിജയന്റെ "ഓർമ്മകളുടെ സൂക്ഷിപ്പുകാരി" എന്ന പുസ്തകം.

അനുഭവങ്ങളെ എഴുതി വയ്ക്കുക അത്ര എളുപ്പമല്ലെന്ന് തോന്നിയിട്ടുണ്ട്. കണ്ണു നിറച്ചും, പുഞ്ചിരി വിടർന്നും , കാലങ്ങൾക്ക് പിന്നിലേക്ക് ഒരു മുങ്ങാം കുഴിയിട്ടുമൊക്കെയാണ് ആ എഴുത്ത്. സങ്കൽപത്തിന്റെ ചിത്രങ്ങളല്ല മറിച്ച് എത്രയെത്ര വർണ്ണങ്ങളിൽ ഉള്ളിൽ പതിഞ്ഞു കിടക്കുന്ന ജീവിതത്തെയാണ് എഴുതുന്നത്.

ഓർമ്മ എഴുത്തുകൾ വായിക്കുമ്പോൾ ഏറ്റവും സന്തോഷം നൽകുന്ന ത് ചില ഇടങ്ങളിൽ നമ്മളും ഉണ്ടായിരുന്നു എന്ന ഓർമ്മപ്പെടുത്തലാണ്. എന്റെ ജീവിതമല്ലേ ഞാൻ അനുഭവിച്ച അനുഭവമല്ലേ എന്നൊരു തോന്നൽ വായനക്കാരന്റെ ഉള്ളിൽ ഉണ്ടാവുന്നിടത്താണ് ഓർമ്മ എഴുത്തുകൾക്ക് മാറ്റ് കൂട്ടുക.

ഇടർച്ചകളിൽ, വേദനകളിൽ, ചിരികളിൽ, ചേർത്തു പിടിക്കലുകളിൽ, സ്നേഹത്തിൽ താങ്ങായി നിന്ന മനുഷ്യരെ അവരുടെ സ്നേഹങ്ങളെ.. ജീവിതം തൊട്ടുപോയ അനുഭവങ്ങളെ, മായാതെ കിടക്കുന്ന മുറിവുകളെയൊക്കെ മറവിക്ക് വിട്ട കൊടുക്കാതെ ഏറ്റം ലളിതമായി തെളിമയോടെ തന്നെ എഴു ത്തുകാരി ഈ പുസ്തകത്തിലൂടെ പറഞ്ഞു വയ്ക്കുന്നു.

"മറവിയുടെ മാറാലകൾ ഓർമ്മകളെ മൂടാതിരിക്കട്ടെ... സ്നേഹത്തി ന്റെ കൈ പിടിക്കലുകൾ കുറേ കൂടെ ശക്തമാവട്ടെ" എന്ന വരി ഓർമ്മയിൽ വരുന്നു. മറവികൾ തൊടാതെ ചേർത്തു പിടിക്കാൻ ഇനിയും ഇനിയും ഓർമ്മകൾ നമ്മിൽ ബാക്കിയാവട്ടെ.

ഭുതകാല കുളിരിൽ ഒരു കടും കാപ്പിക്കൊപ്പം ഓർമ്മകളെ ചേർത്തു പിടിച്ച് നമുക്കും ഈ പുസ്തകത്തിനൊപ്പം ഒരു യാത്ര പോവാം.

ജെറി ടോം

ഉള്ളടക്കം

യെസ്, ഐ ഡിസേർവ് എ സോറി

കോവിഡ് സമയത്ത് ഇൻസ്റ്റഗ്രാം നോക്കയിരുന്നപ്പോഴാണ് പ്രിയ സുഹൃത്ത് അഞ്ജുഷയുടെ "ഐ ഡിസേർവ് സോറി" എന്ന ഹാഷ്ടാഗിൽ തനിക്ക് കെമിസ്ട്രി ക്ലാസ്സിൽ അധ്യാപകനിൽ നിന്നു നേരിട്ട് ബോഡിഷെ യിമിംഗ് വായിക്കാൻ ഇടയായത്. അന്നേരമാണ് ഞാനും അതുപോലെ ഒരു വഞ്ചിയിലെ യാത്രക്കാരിയാണ് എന്ന് ലോകത്തെ അറിയിക്കണം എന്ന് തോന്നിയത്.

ഞാനെന്ന ഫാറ്റി ബ്യൂട്ടിയുടെ കഥ തുടങ്ങുന്നത് എന്റെ 10, 11 വയസ്സിന്റെ തുടക്ക കാലഘട്ടത്തിലാണ്. എനിക്ക് വണ്ണമുണ്ടെന്ന് ആദ്യം എന്നെ ഓർമ്മിപ്പിച്ചത് എന്റെ ഒരു അധ്യാപിക തന്നെയായിരുന്നു. ഒരു സുഹൃത്ത് എന്നെ എല്ലും മുട്ടി എന്നു വിളിച്ചെന്നു ഞാൻ കണക്ക് ടീച്ചറി നോട് പരാതി പറഞ്ഞപ്പോൾ, ഒരു അധ്യാപികയിൽ നിന്ന് ഒരിക്കലും പ്രതീക്ഷിക്കാത്ത ഒരു മറുപടിയാണ് എനിക്ക് കിട്ടിയത്. "ഈ വിപ്പകുറ്റി പോലെ ഇരിക്കുന്ന നീയാണോ എല്ലും മുട്ടി?" എന്ന് എല്ലാ കുട്ടികളുടെയും മുമ്പിൽ വെച്ച് അവർ ചോദിച്ചു. പക്ഷെ അന്നെനിക്ക് പ്രായത്തിനനുസരി ച്ചുള്ള വണ്ണം മാത്രമേ ഉണ്ടായിരുന്നുള്ളു. പിന്നീട് കുറച്ച് കാലങ്ങൾക്ക് ശേഷം എനിക്ക് നന്നായി അങ്ങ് വണ്ണം വെക്കാൻ തുടങ്ങി. PTA മീറ്റിംഗ് സമയത്ത് എന്റെ മറ്റൊരു കണക്ക് ടീച്ചർ അമ്മയോട് പറഞ്ഞ ഒരു പരാതി ഐശ്വര്യയ്ക്ക് ഭയങ്കര വലുപ്പമാണ് എന്നുള്ളത് ആയിരുന്നു.

പിന്നെ പിന്നെ എന്റെ വണ്ണത്തെക്കുറിച്ചായിരുന്നു എല്ലായിട ത്തും ചർച്ച. അങ്ങനെ സ്കൂൾ കാലങ്ങളിൽ ഞാൻ പല പേരുകളിൽ അറിയപ്പെട്ടു തുടങ്ങി. ആനക്കുട്ടി, ആന, ചക്ക, തടിച്ചി എന്നിങ്ങനെയുള്ള പേരുകൾ കാരണം ഞാൻ എന്റെ ശരിക്കുള്ള പേര് പോലും മറന്നു പോയി. ക്ലാസ്സിലെ ചില സാറുമാർക്ക് ഞാൻ കളിയാക്കാനുള്ള ഒരു ഉപക രണം മാത്രമായി മാറി. ആ കളിയാക്കലുകൾ കേട്ട് ക്ലാസ്സിലെ കുട്ടികളെ ല്ലാം ചിരിക്കുമ്പോഴും ഞാൻ ഉള്ളിൽ കരയുകയിരുന്നു.

കഴിപ്പ് കുറയ്ക്, വെറുതെയിരുന്നു ഇങ്ങനെ തിന്നുവാ, വ്യായാ മം ചെയ്യണം, ഒറ്റ പുത്രിയാത് കൊണ്ട് പെണ്ണിനെ തന്തയും തള്ളയും തീറ്റി വളർത്തുവാ, ഏത് റേഷൻ കടയിൽ നിന്നാണ് അരി വാങ്ങുന്നത്? തുട

ങ്ങി തേച്ചാലും, മായിച്ചാലും മനസ്സിൽ നിന്നു മറക്കാൻ കഴിയാത്ത വാക്കുകൾ എല്ലാം പതിനെട്ടു വയസ്സ് ആയപ്പോഴേക്കും എനിക്ക് ശീലം ആയി.

"നീ തടിച്ചിയായത് കൊണ്ട് നിന്നെ ആർക്കും വേണ്ട, നിനക്ക് ഒരു പ്രേമം ഇല്ലാത്തതിന്റെ അസൂയ കൊണ്ട് അല്ലേടി നീ ഇങ്ങനെ ചെയ്യുന്നത്?"

പ്രിയപ്പെട്ട ഒരു കൂട്ടുകാരിയെ തെറ്റായ പ്രണയ ബന്ധത്തിൽ നിന്ന് വിലക്കാൻ ശ്രമിച്ചപ്പോൾ എനിക്ക് അവളുടെ കാമുകനിൽ നിന്നു കിട്ടിയ മറുപടി ഇങ്ങനെയായിരുന്നു. പിന്നീട് കോളേജിൽ എത്തിയപ്പോ ഴേക്കും ആരുടെയും മുമ്പിലേക്ക് പോകാതെ ഞാൻ ക്ലാസ്സിന്റെ പുറത്ത് പോലും ഇറങ്ങാതെയായി. ബ്രേക്ക് ടൈംമിൽ പോലും ഞാൻ ക്ലാസ്സ്റൂമി ൽ തന്നെ ഇരുന്നു, കാരണം എനിക്ക് പേടിയായിരുന്നു എല്ലാവരെയും.

എനിക്കൊപ്പം എന്നിലെ അപകർഷതാബോധം വല്ലാതെ കൂടി കൂടി വന്നു. പുറത്ത് ഇറങ്ങുമ്പോഴുള്ള നാട്ടുകാരുടെ നോട്ടം, ഇഷ്ടമുള്ള ഡ്രസ്സ് ധരിക്കാൻ സാധിക്കാതെ, കടയിൽ ചെല്ലുമ്പോൾ സന്തോഷത്തോ ടെ ഇഷ്ടപ്പെട്ട ഒരു ഡ്രസ്സ് എടുക്കുമ്പോൾ

"മോൾക്ക് വണ്ണം ഉള്ളത് കൊണ്ട് അത് ചേരില്ല" എന്ന് കേൾക്കു മ്പോൾ തന്നെ എല്ലാ മൂഡും പോകും.

ആദ്യമായി കാണുന്നവർ പോലും എന്റെ വണ്ണം എന്തോ മഹാ പാപം ആണെന്ന തരത്തിൽ വണ്ണം എങ്ങനെ കുറയ്ക്കാം എന്ന് പറഞ്ഞു തന്നു. വണ്ണമുള്ള കൊച്ചിന് കിറ്റിന്റെ ആവിശ്യമില്ല എന്ന് പറഞ്ഞ് അംഗനവാടിയിൽ നിന്ന് പെൺകുട്ടികൾക്ക് കിട്ടുന്ന സൗജന്യ കിറ്റ് പോലും എനിക്ക് നിഷേധിക്കപ്പെട്ടു.

വണ്ണത്തെ കുറിച്ചൊക്കെ മറന്നു യാത്രകളിലെ സൗന്ദര്യം ഒന്ന് ആസ്വദിക്കുമ്പോഴാണ് ആ യാത്രയുടെ സന്തോഷങ്ങളെല്ലാം തല്ലി കെടുത്തി ചില മാർക്കറ്റിംഗ് എക്സിക്യൂട്ടീവുകൾ ഒരുപാട് കാലി സീറ്റുക ൾക്ക് ഇടയിലും എന്റെ അടുത്ത് തന്നെ വന്നിരുന്ന്

"സൈസ് സീറോ ആകാൻ ഞങ്ങൾ നിങ്ങളെ സഹായിക്കാം" എന്ന് പറഞ്ഞു ഒരു കാർഡ് അങ്ങ് കൊണ്ടുതരും! ഏറ്റവും തിരക്കുള്ള ഒരു ബസ്റ്റാൻഡിൽ നിൽക്കുമ്പോഴും മിക്കവാറുമുള്ള അവസ്ഥ ഇത് തന്നെ. ഒരുപാട് പേരുടെയിടയിൽ നിൽക്കുമ്പോൾ എന്റെ അരികിലേക്ക് മാത്രമായി ആ കാർഡ് നീളുമ്പോൾ എനിക്കുണ്ടാകുന്ന ആ മാനസിക അവസ്ഥ ആർക്കും മനസിലാവില്ലായിരുന്നു.

പനിയോ മറ്റോ വന്ന് ആശുപത്രിയിൽ ചെന്നാൽ അവിടുത്തെ ഒ. പി ടിക്കറ്റ് എടുക്കുന്ന ചേച്ചി മുതൽ ഡോക്ടർ വരെ എന്റെ വണ്ണത്തെ പറ്റി മാത്രമാണ് പറയാൻ ഉള്ളത്. എന്തെങ്കിലും അസ്വസ്ഥത ഉണ്ടെന്ന് അങ്ങോട്ട് പറഞ്ഞാൽ അതെല്ലാം വണ്ണത്തിന്റെയാണ് എന്നുള്ള ഒറ്റ മറുപടിയിൽ എല്ലാം കഴിയും.

എല്ലാവർക്കുമിടയിൽ ഞാൻ ഒരു കോമാളിയായി മാറി, ഒപ്പം നിൽക്കേണ്ട പലരിൽ നിന്ന് പോലും എനിക്ക് ഒരു നല്ല വാക്ക് കിട്ടിയിരുന്നില്ല. ഞാൻ തന്നെ മനസ്സിൽ ഒരുപാട് തവണ പറഞ്ഞു തുടങ്ങി എന്നെ "ഒന്നിനും കൊള്ളില്ല എന്ന്". യൂത്ത്ഫെസ്റ്റിവൽ, വാർഷിക പരിപാടികൾ എന്നിങ്ങനെയുള്ള സ്റ്റേജുകളിൽ നിന്നെല്ലാം ഞാൻ പൂർണമായി മാറി നിന്നു. സ്റ്റേജിൽ കയറാൻ ആരും എന്നെ വിളിച്ചതും ഇല്ല.

സാരി ഉടുക്കേണ്ട അവസരങ്ങളിൽ എല്ലാം ഞാൻ പുറകോട്ട് മാറി നിന്നത്

"നീ ഈ വണ്ണവും വെച്ചുകൊണ്ട് സാരി ഉടുത്താൽ നന്നായിരിക്കും"എന്ന് വേണ്ടപ്പെട്ടവർ പറഞ്ഞ വാക്കുകൾ മനസിൽ നിന്ന് മായാതെ കിടന്നത് കൊണ്ടാണ്.

കുറവുകൾ മാത്രമേ എനിക്ക് ഉള്ളു എന്ന് ഞാൻ എന്നോട് തന്നെ പറഞ്ഞുകൊണ്ടിരുന്നു. കൂടെ പഠിക്കുന്ന സമപ്രായക്കാരും, എന്റെ അത്രയും പ്രായമുള്ളവരും, വണ്ണമുള്ള മക്കളുടെ അച്ഛന്മാരും വരെ എന്നെ ചേച്ചി, ആന്റി, അമ്മായി, ചേടത്തിയെ എന്നൊക്കെ ആയിരുന്നു വിളിക്കാറ്. വണ്ണം എന്ന ഒറ്റകാരണത്താൽ വീടിന്റെ പുറത്ത് പോലും ഇറങ്ങാൻ പറ്റാത്ത അവസ്ഥ ഉണ്ടായിട്ടുണ്ട്.

എന്നെക്കാൾ വണ്ണമുള്ളവർ പോലും എന്റെ വണ്ണത്തെ പറ്റിയുള്ള കുറ്റം പറയുമ്പോൾ ഒന്നും തിരിച്ചു പറയാതെ ഞാൻ കേട്ടു കൊണ്ടുനിന്നു. അങ്ങനെ അങ്ങനെ എത്രയോ സംഭവങ്ങൾ...

ഇനി എനിക്ക് പറയാൻ ഉള്ളത് എന്റെ ഉയർത്തെഴുന്നേൽപ്പിന്റെ കഥയാണ്. ആ ഉയർത്തെഴുന്നേൽപ്പിന്റെ പ്രധാന കാരണം എന്റെ M.S.W പഠനം (Master of Social Work) ആണ്. ഒരിക്കലും എന്നെക്കൊണ്ട് സാധിക്കില്ല എന്ന് ഞാനും എന്റെ ചുറ്റുമുള്ളവരും പ്രവചിച്ച കാര്യങ്ങൾ ആണ് പിന്നീട് എന്റെ ജീവിതത്തിൽ സംഭവിച്ചത്. അഡ്മിഷൻ എടുത്ത് ആദ്യ ദിവസങ്ങളിൽ എന്നിലെ അപകർഷതാബോധം വല്ലാതെ ഉണർന്ന സമയമായിരുന്നു. ക്ലാസ്സ് തുടങ്ങിയ നിമിഷം മുതൽ ഉള്ള സ്റ്റേജ് പെർഫോമൻസുകളും, പ്രസന്റേഷനുകളും എല്ലാം ഞാൻ ഭയത്തോടെ ആണ് ചെയ്തത്. കൂടെയുള്ള സഹപാഠികൾ എല്ലാം പല മേഖലകളിൽ മിന്നിതിളങ്ങുന്ന മിന്നും താരങ്ങൾ ആയിരുന്നു. അതുകൊണ്ട് തന്നെ അവർക്ക് ഒപ്പം എത്താൻ കഴിയുമോ എന്നും, ഞാൻ ഏറ്റവും പിന്നിൽ ആകുമോ എന്ന ഭയവും എന്നെ വല്ലാതെ പിടികൂടി.

ആ ഭയം ഇരട്ടിയായത് എന്റെ അധ്യാപികൻ പറഞ്ഞ മറ്റൊരു വാചകത്തിൽ നിന്നായിരുന്നു. "THERE IS NO & NOS" IN SOCIAL WORK, അതും കൂടെ കേട്ട് കഴിഞ്ഞപ്പോഴേയ്ക്കും ഉള്ള ധൈര്യംകൂടി പോയി.

പിറ്റേന്ന് ആ അധ്യാപകനോട് ക്ലാസ്സ്ടൈമിൽ തന്നെ

"എന്നെ കൊണ്ട് ഈ കോഴ്സ് പറ്റുമോ സർ?" എന്ന് ഞാൻ മുഖത്ത് നോക്കി ചോദിച്ചിടത്ത് നിന്നും ആയിരുന്നു എന്റെ മാറ്റത്തിന്റെ തുടക്കം.

"ഐശ്വര്യയെ കൊണ്ട് ഇത് സാധിക്കും എന്ന് എനിക്ക് ഉറപ്പു ണ്ട്" എന്നായിരുന്നു സാജൻ സാറിന്റെ മറുപടി.

"ഒന്നും പേടിക്കാതെ അങ്ങ് മുമ്പോട്ട് പോകു" എന്ന് അദ്ദേഹ ത്തിന്റെ മറുപടിയിൽ നിന്ന് ആയിരുന്നു എന്റെ യാത്ര തുടങ്ങിയത്, പിന്നീട് ഒരിക്കലും സാധിക്കില്ല എന്ന് ഞാൻ കരുതിയ കാര്യങ്ങളുടെ ഒരു സാക്ഷാൽകാരം ആണ് നടന്നത്. അവിടെ ആരും എന്നെ വണ്ണത്തിന്റെ പേരിൽ അകറ്റി നിർത്തിയില്ല, എന്റെ സുഹൃത്തുക്കളും, അധ്യാപകരും എല്ലാ കാര്യങ്ങൾക്കും എന്നെ മുമ്പോട്ട് നയിച്ചതെയുള്ളൂ. കളിയാക്കലുക ൾക്ക് എല്ലാം തിരിച്ചു ഉറച്ച മറുപടികൾ തന്നെ നൽകി കൊണ്ട് ഞാൻ മുന്നേറി. എന്റെ വണ്ണത്തെ കുറിച്ച് പോലും ഞാൻ മറന്നു.

ഒരു അധ്യപകനാൽ നഷ്ടമായി തുടങ്ങിയ എന്റെ ആത്മവിശ്വാ സം എനിക്ക് തിരികെ നേടി തന്നത് എന്റെ മറ്റൊരു അധ്യപകൻ തന്നെ യാണ്.

"നിന്നെ കൊണ്ട് ഒന്ന് സാധിക്കില്ല" എന്നതിൽ നിന്ന് "നിന്നെ കൊണ്ടേ ഇതൊക്കെ സാധിക്കു" എന്ന് എല്ലാവരെയും കൊണ്ട് സമ്മതി പ്പിച്ചിടത്ത് ഞാൻ വിജയിച്ചു (അഹങ്കാരമായിട്ട് ഒന്നും പറഞ്ഞത് അല്ല). ഇന്ന് ഒരു കൗൺസിലറായി എല്ലാത്തിനെയും ചിരിച്ചുകൊണ്ട് നേരിട്ട് ഞാൻ ജീവികുന്നത്.

Miles to go with my dreams.

I am beautiful....

I love myself....

I am unique....

ഞാൻ തീർച്ചയായും ഒരു ക്ഷമാപണം അർഹിക്കുന്നുണ്ട്.

എന്നെ കളിയാക്കിയവരിൽ നിന്നും, എന്നെ അപകർഷതാബോ ധത്തിന്റെ കുഴിയിലേക്ക് തള്ളി മറിച്ചിട്ടവരിൽ നിന്നും, എല്ലാത്തിന്റെയും ഒടുവിൽ തലയുയർത്തിപിടിച്ചു നടക്കാൻ മടിച്ച് മടിച്ച് ജീവിതത്തിന്റെ വർണ്ണകാലം മുഴുവൻ പലരുടെയും തുറിച്ച് നോട്ടവും കളിയാക്കലുകളും ഭയന്നു തല താഴ്ത്തി കുനിഞ്ഞു നടന്ന് ഇന്നും എന്റെ മുതുകിൽ ആ ഓർമ്മക്കായി ഒരു കൂന് സമ്മാനിച്ച എല്ലാവരിൽ നിന്നും ഞാൻ ക്ഷമാപ ണം അർഹിക്കുന്നുണ്ട്. നിറത്തിന്റെയും, ശരീരപ്രകൃതിയുടെയും പേരിൽ ഒരു മനുഷ്യനെ കളിയാക്കുമ്പോൾ അവർ അനുഭവിക്കുന്ന വേദന അവരെ കളിയാക്കി സന്തോഷിക്കുന്നവർ അറിയുന്നില്ല.

ഇന്ന് സോഷ്യൽ മീഡിയ ബോഡിഷെയിമിംഗിനെതിരെ ആഞ്ഞ ടിക്കുന്നത് കാണുമ്പോൾ എനിക്ക് സന്തോഷം തോന്നാറുണ്ട്. സിനിമ താരം ഉർവശി ഉൾപ്പെടെ പലരും പറയുന്ന വാചകങ്ങൾ പശ്ചാത്തല

സംഗീതത്തിന്റെ അകമ്പടിയോടെ അരങ്ങ് വാഴുമ്പോൾ അത് എടുത്തു സ്റ്റോറി ഇടുക മാത്രമല്ല നമ്മൾ ചെയേണ്ടത്. അതിനൊപ്പം നമ്മൾ നമ്മ ളോട് തന്നെ പ്രതിജ്ഞ ചെയ്യണം.

"ഞാനായിട്ട് ആരെയും ഒന്നിന്റെ പേരിലും കളിയാക്കില്ലെന്ന്"
മാറ്റങ്ങൾ നമ്മളിൽ നിന്നു തുടങ്ങട്ടെ..!

സ്നേഹം

"എനിക്ക് സ്നേഹം വേണം, അത് പ്രകടമായിത്തന്നെ കിട്ടണം. ഉള്ളിൽ സ്നേഹമുണ്ട് പ്രകടിപ്പിക്കാനറിയില്ല എന്നതിൽ ഞാൻ വിശ്വസി ക്കുന്നില്ല. ശവകുടീരത്തിൽ വന്ന് പൂവിട്ടാൽഞാനറിയുമോ...?"

മാധവിക്കുട്ടി

സ്നേഹത്തെ എങ്ങനെ നിർവചിക്കാൻ കഴിയും എന്നത് ഇന്നും എനിക്ക് അറിയാൻ സാധിക്കാത്ത ഒരു കാര്യമാണ്. ഒരിക്കലും ആർക്കും വില നിർണയിക്കാൻ കഴിയാത്ത ഒരു വസ്തു ഈ ഭൂമിയിൽ ഉണ്ടെങ്കിൽ അത് സ്നേഹം മാത്രമാണ്.

മക്കൾ അരികിൽ ഇല്ലെങ്കിലും അവരുടെ ഇഷ്ട പലഹാരങ്ങൾ കാണുമ്പോഴോ, കഴിക്കുമ്പോഴോ കുറച്ച് നിമിഷങ്ങൾ അവരെ കുറിച്ച് ഓർത്ത് അത് കഴിക്കാതെയിരിക്കുന്ന ഒരു അമ്മയുടെ ഓർമ്മ, ആ സ്നേഹത്തെ അളക്കാൻ ലോകത്തിലെ ഏത് അളവ് കോലിന് സാധി ക്കും? അച്ഛന്റെ ഓരോ വാത്സല്യ ചുംബനങ്ങൾക്കും തിരികെ എത്ര സ്നേഹ ചുംബനങ്ങൾ നൽകിയാലാണ് അതിന് പകരം ആകുന്നത്? ആരൊക്കെയുണ്ടെങ്കിലും നീ ഇവിടെ അരികിൽ ഇല്ലാല്ലോ എന്ന് മൗനമാ യി കണ്ണീരിൽ പറയാതെ പറയുന്നവരിലെ സ്നേഹത്തെ അറിയാതെപോ യില്ലോ എന്ന കുറ്റബോധം തിരികെ അവരെ എത്ര സ്നേഹിച്ചാലാണ് ഇല്ലാത്തവുന്നത്? തങ്ങളുടെ നിസ്വാർത്ഥതമായ സ്നേഹത്തെ ഒരു പ്രദർശനമാകാതെ തമ്മിൽ പ്രകടിപ്പിക്കുന്ന രണ്ട് മനുഷ്യർക്ക് തമ്മിൽ അങ്ങോട്ടും ഇങ്ങോട്ടും അവരുടെ സ്നേഹത്തിന്റെ ആഴം തിരിച്ച് അറിയാവും. അവർ ആ ജീവിതം കൊണ്ട് മനസിലാക്കി എടുത്ത ഒരു കാര്യമുണ്ട് "സ്നേഹം എന്നത് പ്രദർശിപ്പിക്കാനുള്ളതല്ല മറിച്ച് പ്രകടിപ്പി ക്കാൻ ഉള്ളതാണെന്ന്" ആ മനുഷ്യരെപോലെ ഇത്ര മനോഹരമായി ജീവിതം സ്നേഹത്തോടെ ജീവിക്കാൻ എന്ത് രസമായിരിക്കും.

നമ്മളെ ഒരാൾ എത്രത്തോളം സ്നേഹിക്കുന്നുണ്ട് എന്ന് നമ്മൾ മനസ്സിലാകുന്നത് ഒരുപക്ഷേ രണ്ടിൽ ഒരാൾ അകലങ്ങളിലേക്ക് മായുമ്പോൾ മാത്രം ആയിരിക്കും.

ലോകത്ത് ആർക്കും, ഒന്നിനും അളക്കാൻ കഴിയാത്ത വിധം മനുഷ്യരുടെ ഉള്ളിൽ സ്നേഹം നിറയട്ടെ!

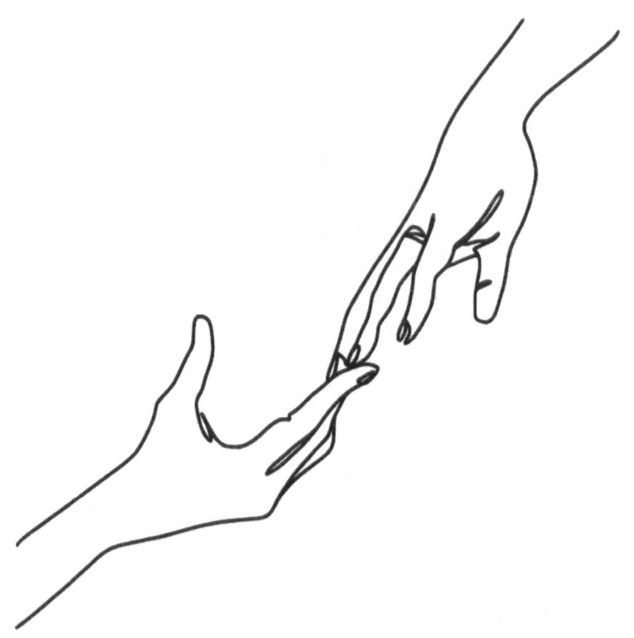

മൂന്നാമത്തെ ആ ഒരാൾ

നമ്മുടെ ജീവിതത്തിലെ ആ ഒരാളെ ഒന്ന് പരിചയപെടാം. മൂന്നാമത്തെ ആ ഒരാൾ, അങ്ങനെ ഒരാളെ കുറിച്ച് ചിന്തിച്ചിട്ടുണ്ടോ? മിക്കവരുടെയും ജീവിതത്തിൽ അങ്ങനെ ഒരു മൂന്നാമൻ ഉണ്ട്. ചിലപ്പോ ൾ ആ വ്യക്തിയെ നമ്മൾക്ക് പോലും തിരിച്ചറിയാൻ കഴിഞ്ഞു എന്ന് വരില്ല

"അത് അങ്ങനെ ഒരു ജിന്നാണ് ഭായ്".

ആ വ്യക്തിയെ നേരിട്ട് പോലും ചിലപ്പോൾ നമ്മൾ കണ്ടിട്ടുണ്ടാ വില്ല അയാൾ നമ്മുടെ രക്തബന്ധത്തിൽപെട്ട ഒരാൾ ആകില്ല. നമ്മളെ കുറിച്ച് കൂടുതൽ ഒന്നും അറിയാത്ത ഒരാൾ ജീവിതത്തിന്റെ പാതിവഴിയി ൽ എവിടെയോ വെച്ച് ഒന്ന് വിളിക്കുക പോലും ചെയ്യാതെ മനസിന്റെ പൂമുഖത്തേക്ക് കയറി സ്വയം ഒരു കസേര വലിച്ചിട്ട് ഇരുന്നൊരാൾ. നമ്മുടെ ചെറിയ ചെറിയ വട്ടുകളും, സ്വപ്നങ്ങളും, ആഗ്രഹങ്ങളും, ഇഷ്ട ങ്ങളും മാത്രം പങ്കുവെയ്ക്കുന്ന ഒരു ഇടം. ആ വ്യക്തിയിൽ നിന്ന് ചില പ്പോൾ ഒരു മെസ്സേജാകും ലഭിക്കുക. അല്ലെങ്കിൽ കുറിച്ചു സമയമാകും നമുക്ക് വേണ്ടി അയാൾ നൽകുന്നത്. പക്ഷെ, അയാൾ നൽകിയ ആ സമയമാകും പിൽകാലത്ത് നമ്മുടെ നേട്ടങ്ങളുടെ ഒരു കാരണം.

നല്ല ഒരു ഉപദേശകനായി, സുഹൃത്തായി, നല്ല ഒരു കേൾവിക്കാ രനോ കേൾവിക്കാരിയോ ആയി. അങ്ങനെ പല പല റോളുകൾ ഇവർ നമ്മുടെ ജീവിതത്തിൽ കൈകാര്യം ചെയ്യും. ചിലപ്പോൾ ഇവരാകും നമ്മു ടെ ജീവിതം തന്നെ മാറിപോകാൻ കാരണക്കാർ. നമ്മുടെ നേട്ടങ്ങളിൽ ഏറ്റവും കൂടുതൽ സന്തോഷിക്കുന്നത് അവരായിരിക്കും. ആരെന്ന് അറി യാതെ എവിടെനിന്നോ വന്ന മൂന്നാമത്തെ ആ ആൾ!

ഒരു യാത്രയിൽ പരിചയപ്പെട്ടതാവാം, അല്ലെങ്കിൽ അൽപ്പസമ യത്തേക്ക് മാത്രം ഒരു കാര്യം ചെയ്യാൻ നിയോഗിക്കപ്പെട്ടവരാവാം. ആ രെന്ന് അറിയില്ലാ എവിടെ നിന്ന് എന്ന് അറിയില്ല. പക്ഷെ, ജീവിതത്തിൽ ആരൊക്കെയോ ആയി മാറി ജീവിതം തന്നെ മാറ്റി മറിച്ച മൂന്നാമത്തെ ആ ഒരാൾ. ഒരു നിഴലായി എപ്പോഴും കൂടെയുള്ള ഒരാൾ.

കുഞ്ഞ് ഓറഞ്ച് ചിരി

വീടിന്റെ റീനോവേഷൻ വർക്ക് ചെയ്ത കോൺട്രാക്ടർ ചേട്ടൻ, എന്റെ കുഞ്ഞുനാൾ മുതൽ ഞാൻ കാണുന്ന വ്യക്തിയാണ് അദ്ദേഹം. അന്ന് ഒന്നും ഞങ്ങൾ തമ്മിൽ അങ്ങനെ മിണ്ടിയിട്ടില്ല. ഞങ്ങളുടെ വീട് ആദ്യം പണിയുന്ന സമയത്തും മുമ്പിൽ കണ്ടാലും എന്തോ അദ്ദേഹത്തി നോട് ഒരു പേടി പോലെ മനസ്സിൽ ഉള്ളത് കൊണ്ട് ഞാൻ അദേഹത്തി ന്റെ മുമ്പിൽ അധികം പോയിട്ടില്ല. എന്നോടും അദ്ദേഹം അധികം ഒന്നും മിണ്ടിയിരുന്നില്ല.

വർഷങ്ങൾക്ക് ശേഷം, ഞാനും ജനിച്ചപ്പോൾ മുതൽ ഉള്ള എന്റെ സമ്പാദ്യങ്ങളും വീട് മുഴുവൻ നിറഞ്ഞു നിൽക്കാൻ തുടങ്ങിയപ്പോ ൾ

അമ്മയാണ് പറഞ്ഞത് "ഇതിനെയും ഇതിന്റെ സ്ഥാവര ജംഗമ വസ്തുക്കളും എല്ലാം ഒരു മുറിയും കൂടെ പണിഞ്ഞു അതിനകത്താ ക്കാം. അങ്ങനെ എങ്കിലും ബാക്കി എല്ലാ മുറികളും വൃത്തിയായിട്ട് കിടക്കുമല്ലോ" എന്ന്. അത് മാത്രവുമല്ല കൗൺസിലിങ്ങും മറ്റുമായി എനിക്ക് വേറെയൊരു റൂം കൂടെ ആവിശ്യമായി വന്നു. ആദ്യമായി വീട് പണിഞ്ഞ അതിന്റെ സൃഷ്ടാവിനെ തന്നെ ആണല്ലോ വിളിക്കേണ്ടത്, അത്പോലെ തന്നെ ചെയ്തു.

അദ്ദേഹം എന്നെയും ഞാൻ അദ്ദേഹത്തെയും ഒരുപാട് കാലങ്ങൾക്ക് ശേഷമാണ് വീണ്ടും കാണുന്നത്. കണ്ടപ്പോൾ തന്നെ "കുഞ്ഞേ.. എന്നായുണ്ട്" എന്ന് ചോദിച്ചാണ് വന്ന് കയറിയത്. പിന്നീട് വരുന്ന എല്ലാ ദിവസവും കുഞ്ഞേ എന്ന് വിളിച്ചു വിശേഷങ്ങൾ തിരക്കി. പോകാൻ നേരം കുഞ്ഞേ പോവാ എന്ന് പറയാതെ തിരിച്ചു പോകാറും ഇല്ലായിരുന്നു. എന്നെ കണ്ടില്ല എങ്കിൽ കുഞ്ഞത്തിയെ എന്ന് ചോദിക്കാ നും അദ്ദേഹം മറക്കാറില്ല. അദ്ദേഹം ചോദിക്കുന്നതിന് മാത്രമുള്ള മറുപടി യും കുറച്ച് സമയം നിൽക്കുകയാണെങ്കിൽ ചായക്കും, കാപ്പിക്കും ഒപ്പം ഒരു ചിരിയും കൂടെ നൽകിയാണ് അദ്ദേഹത്തെ ഞാൻ യാത്ര അയക്കു ന്നത്.

വലിയ സംസാരങ്ങളൊന്നും ഇതുവരെയും ഞങ്ങൾ തമ്മിൽ ഉണ്ടായിട്ടില്ല. വരുമ്പോഴും, പോകുമ്പോഴും മാത്രമുള്ള ഒന്നോ രണ്ടോ വാക്കുകൾ മാത്രം. അങ്ങനെയിരിക്കെ ഒരു ഞായറാഴ്ച ഉച്ചയക്ക്

"കുഞ്ഞേ ഇത് കുറച്ച് ഓറഞ്ചാണ്, കഴിച്ചോ" എന്ന് പറഞ്ഞ് എന്റെ കൈയിലേക്ക് നൽകിയത്. ഒരു പക്ഷേ, ഞാൻ നൽകിയ ആ ചിരിക്കുള്ള സമ്മാനമായിരിക്കും അദ്ദേഹം അന്ന് വാങ്ങിക്കൊണ്ട് വന്ന ഓറഞ്ച്. സൂക്ഷിച്ചു വെച്ചാൽ അഴുകി പോകാതെ ഇരിക്കുമായിരുന്നു എങ്കിൽ ഞാൻ ആ ഓറഞ്ചുകൾ കഴിക്കാതെ സൂക്ഷിച്ചു വെയ്ക്കുമായിരുന്നു.

ചില ചിരികളൊക്കെയും ചിലരുടെ മനസിൽ വെല്ലാതെ അങ്ങ് പതിഞ്ഞു പോകും.

ചില മാറ്റിവെയ്ക്കലുകൾ

"ഡാ നീ എന്തിനാ എപ്പോഴും ഒരു കൈപിടി ഇങ്ങനെ മാറ്റിവെ
യ്ക്കുന്നത്? അതും കൂടെ അങ്ങ് കഴിച്ചാലെന്താ? ചിലപ്പോൾ രണ്ടാമതും
വാങ്ങി ഒരു ഉരുള മാത്രം കഴിച്ചിട്ട് ഇങ്ങനെ മാറ്റിവെക്കുന്നതും കാണാമ
ല്ലോ" എത്രയോ തവണ ഞാൻ അനിയൻ ചെക്കനോട് ഈ ചോദ്യം
ചോദിച്ചതാണ്. ഒന്നുകിൽ പുച്ഛം നിറഞ്ഞ ഒരു ചിരി, അല്ലെങ്കിൽ മൗനം,
അതുമല്ലെങ്കിൽ "ചുണയുണ്ടെങ്കിൽ ചേച്ചി ഒന്ന് കണ്ടുപിടിച്ച് എന്നോട്
പറ" എന്ന ഭീക്ഷണി സ്വരം. എന്നെ പോലെ തന്നെ ചില തലതിരിഞ്ഞ
ചിന്തകൾ കൊണ്ടനടക്കുന്നവൻ ആയതുകൊണ്ട് ഞാൻ പല
രീതികളിലും ആലോചിച്ചു നോക്കി. ഉത്തരങ്ങൾ ഒരുപാട് മനസിൽ
വന്നെങ്കിലും ഒന്നും അങ്ങോട്ട് എനിക്ക് ഉറപ്പിക്കാൻ പറ്റിയില്ല.

ആ ഉത്തരം തേടലിന്റെ ഇടയിലാണ് മുഖ പുസ്തകത്തിൽ കണ്ട
ഒരു ലേഖനത്തിൽ എന്നും രാവിലെ രണ്ട് കപ്പ് കാപ്പിയിൽ ഒരെണ്ണം തന്റെ
പ്രിയപ്പെട്ടവൻ എന്നെങ്കിലും ഒരിക്കൽ വരും എന്ന പ്രതീക്ഷയിൽ
മാറ്റിവെക്കുന്ന ഒരുവളെക്കുറിച്ചു വായിച്ചത്. അതുപോലെ വൈകുന്നേര
ങ്ങളിൽ ഒറ്റയ്ക്ക് ഒരു ബെഞ്ചിൽ പോയിരിക്കുന്ന സുഹൃത്തിനോട് കാര്യം
തിരക്കിയപ്പോഴാണ് മനസിലായത്, അവളുമായി വൈകുന്നേരങ്ങൾ
പങ്കുവെച്ച ഇടത്തിന്റെ ഓർമ്മയ്ക്കായി ഇന്നും ആർക്കും പങ്കുവെയ്ക്കാ
തെ എല്ലാ വൈകുന്നേരങ്ങളിലും ബെഞ്ചിന്റെ ഒരറ്റം അവൾക്കായി
മാറ്റിവെയ്ക്കുന്ന അവനെ കുറിച്ച്.

മക്കൾക്ക് വേണ്ടിയുള്ള അമ്മമാരുടെ മാറ്റിവെയ്ക്കലും,
അമ്മയ്ക്ക് വേണ്ടിയുള്ള അച്ഛന്റെ മാറ്റിവെയ്ക്കലുകളും എല്ലാം ഓരോ
വേറിട്ട മാറ്റിവെയ്ക്കൽ മുഖങ്ങളാണ്.

എത്ര എത്ര മാറ്റിവെയ്ക്കലുകളാണ്. ചിലത് ഓർമ്മകളുടെ,
ചിലത് പ്രതീക്ഷയുടെ, ചിലത് കാത്തിരിപ്പിന്റെ, ചിലതാകട്ടെ മാറ്റിവെ
യ്ക്കുന്നവർക്ക് പോലും ഉത്തരം തരാൻ കഴിയാത്തതും ആർക്കും
ഒരിക്കലും ഉത്തരം കണ്ടുപിടിക്കാൻ പറ്റാത്തതുമാണ്.

പ്രണയത്തിന്റെ രാജകുമാരി

"പ്രണയത്തെ പറ്റി ഇത്രയും എഴുതുന്ന, അതിനും അപ്പുറം പ്രണയത്തെ വായിക്കുന്ന നിനക്ക് ഒരു പ്രണയം പോലും ഇല്ല എന്ന് പറയുന്നതാണ് ഏറ്റവും വലിയ കോമഡി".

പ്രണയത്തെ കുറിച്ചുള്ള ചില വരികൾ സ്റ്റാറ്റസ് ആക്കിയപ്പോൾ എന്റെ പ്രിയ സുഹൃത്ത് റോഹിത് ചോദിച്ച ചോദ്യമാണ്.

"പ്രണയത്തെ കുറിച്ച് എഴുതാനും വായിക്കാനും സ്വന്തമായി ഒരു പ്രണയം വേണ്ടടോ" എന്ന് ഞാൻ അവന് മറുപടിയും നൽകി. ഒരുപാട് പേര് ചോദിച്ചിട്ടുള്ള ഒരു ചോദ്യമായത് കൊണ്ട് തന്നെ എനിക്ക് അതിൽ ഒരു പുതുമയും തോന്നിയില്ല. പക്ഷെ അവന്റെ ചോദ്യത്തിന്റെ ആ രീതിയിൽ ഒരു പുതുമ തോന്നി.

പ്രണയം കൊണ്ട് മുറിവേറ്റ് വീണു പോയവരുടെ ഉയർത്തെഴു നേൽപ്പുകൾക്ക് ഞാൻ സാക്ഷിയായിട്ടുണ്ട്. എത്രയൊക്കെ മരുന്നു കഴിച്ചിട്ടും പ്രണയം നൽകിയ വേദനകളിൽ നിന്ന് പുറത്ത് വരാൻ കഴിയാ തെ വന്നവരുടെ വേദനയും ഞാൻ നേരിട്ട് അനുഭവിച്ചറിഞ്ഞിട്ടുണ്ട്. പ്രണയം കൊണ്ട് ജീവിതങ്ങൾ മാറിമറിഞ്ഞവരെ ഞാൻ നേരിട്ട് കണ്ടിട്ടുണ്ട്. പ്രണയം നൽകിയ സമ്മാനങ്ങൾ ഒക്കെയും പൊന്നുപോലെ സൂക്ഷിച്ചുവെച്ചിരിക്കുന്നവരെയും ആ പ്രണയത്തിന്റെ ഓർമ്മയിൽ ഇന്നും ജീവിക്കുന്നവരെയും ഞാൻ മനസിലാക്കിയിട്ടുണ്ട്. നിസാര കാര്യങ്ങൾ കൊണ്ട് പാതി വഴിയിൽ പ്രണയത്തെ ഉപേക്ഷിച്ചു പോയവ രെയും എനിക്ക് അറിയാം. ഒരു സമ്മതത്തിന് വേണ്ടി കാത്തിരുന്ന് അവ സാനം ആ പ്രണയതിന്റെ ആയുസ്സ് അവസാനിച്ചപ്പോൾ അവരുടെ ഒപ്പം അതിന്റെ മരണാനന്തര ചടങ്ങുകളിലും ഞാൻ പങ്കാളിയിട്ടുണ്ട്.

വർഷങ്ങളുടെ കാത്തിരിപ്പിന് ഒടുവിൽ ഒന്നിച്ചവരെയും, ഒന്നിക്കാതെപോയവരെയും, തമ്മിൽ തമ്മിൽ പറയാതെ പോയ പ്രണയത്തെ പറ്റി വിങ്ങലോടെ സംസാരിക്കുന്നവരെയും ഞാൻ അറിഞ്ഞിട്ടുണ്ട്. ഇത്രയൊക്കെ തന്നെ ധാരളമാണ് എനിക്ക് പ്രണയത്തെ നന്നായി അറിയാൻ. അതിനെല്ലാം ഉപരി പ്രണയത്തെ കുറിച്ച് പറയാൻ ഒരു വിചിത്ര ഭാഷ കണ്ടുപിടിച്ച ആമിയോടുള്ള ഇഷ്ടവും ആരാധനയും.

പുസ്തകപ്പുഴുക്കളുടെ കല്യാണം

മുല്ലപ്പൂനിറമുള്ള പകലുകളിൽ ഒന്നിൽ നീർമാതള പൂക്കൾ കൊ
ണ്ട് മാലകൾ അണിഞ്ഞ്, സൂസന്നയുടെ ഗ്രന്ഥപുര കതിർമണ്ഡപമാക്കി
ദൈവത്തിന്റെ ചാരന്മാരെ സാക്ഷിയാക്കി, ബിരിയാണി കഴിച്ച് അവർ
അനുരാഗത്തിന്റെ ദിനങ്ങൾ ജീവിച്ചു തുടങ്ങി, ഇനി പറയുമോ, ജീവിത
ത്തിൽ ഒരല്ലവും ജീവിതം ബാക്കിയില്ലെന്ന്.

അന്ന് ഒരിക്കൽ ഈ മനോഹരമായ കല്യാണ കഥയെ കുറിച്ച്
എഴുതിയപ്പോൾ കുറച്ചു പുസ്തകവിരോധികൾ എന്നോടു പറഞ്ഞ്

"പുസ്തകങ്ങൾ കൊണ്ടൊന്നും കല്യാണം നടത്താൻ കഴിയില്ല
അതിന് സ്വർണ്ണവും, പണവും തന്നെ വേണം കൊച്ചേ.." പക്ഷേ, കുറച്ച്
കാലങ്ങൾക്ക് ശേഷം പുസ്തകങ്ങൾ തമ്മിൽ കൈമാറിയ ഒരു കല്യാണം
സോഷ്യൽ മീഡിയയിൽ കാണുകയുണ്ടായി. അന്ന് എനിക്ക് പറഞ്ഞറിയി
ക്കാൻ കഴിയാത്ത സന്തോഷമാണ് ഉണ്ടായത്. അത് അങ്ങനെയാണ്,
ഇഷ്ടപ്പെട്ടു കഴിഞ്ഞാൽ പിന്നെ ജീവിതത്തിലെ മിക്ക കാര്യങ്ങൾക്കും
ഒപ്പം ചിലപ്പോൾ നമ്മൾ അറിയാതെ തന്നെ പുസ്തകങ്ങൾ നമ്മോടു
കൂടെ ഉണ്ടാകും.

A Reader lives a thousand lives before he dies. The man who never reads lives only one

George H Martin

ഒറ്റപ്പെട്ടു പോയ ഒരു തുരുത്തിൽ എനിക്ക് കൂട്ടിന് ഉണ്ടായിരുന്ന
ത് എന്റെ പുസ്തക കുഞ്ഞുങ്ങൾ മാത്രമായിരുന്നു. ഒരു വരിപോലും
വായിക്കാൻ കഴിയാതിരുന്ന സമയത്തും ഒരു മടിയും കൂടാതെ ക്ഷമാപൂ
ർവം ഒരു പരാതിയും പറയാതെ എന്നെ കാത്തിരുന്നത് അവർ മാത്രമായി
രുന്നു. മുറിക്കുള്ളിലിരുന്ന് ലോകവും, ഒരുപാട് മനുഷ്യരെയും അവരുടെ
ജീവിതത്തെയും ഞാൻ അറിഞ്ഞത് എന്റെ പുസ്തക കുഞ്ഞുങ്ങളിലൂടെ
ആയിരുന്നു.

"എടി ഐഷൂ..."

"എന്താടീ..."

"അല്ലടീ, ഇനിയും നിന്റെ കല്യാണമൊക്കെ കഴിയുമ്പോൾ
നിനക്ക് ഇങ്ങനിരുന്ന് വായിക്കാൻ പറ്റുമോ?"

"അതെന്താ കല്യാണം കഴിഞ്ഞവർ വായിക്കരുത് എന്ന് ആരെ ങ്കിലും പറഞ്ഞിട്ടുണ്ടോ? ഇനി ആരെങ്കിലും പറഞ്ഞാലും ഞാൻ അത് കേൾക്കാൻ ഉദ്ദേശിച്ചിട്ടല്ല."

"നിന്റെ ഭർത്താവാകാൻ പോകുന്ന ആൾക്ക് പുസ്തകങ്ങൾ ഇഷ്ടം ഇല്ലെങ്കിലോ?"

"ഇഷ്ടവും ഇഷ്ടകേടുമൊക്കെ അദേഹത്തിന്റെ വ്യക്തിപരമായ കാര്യങ്ങളല്ലേ, ആൾക്ക് ഇഷ്ടമില്ലെങ്കിൽ വായിക്കണ്ട."

"ഈ പുസ്തകത്തിന്റെ മണമടിച്ചാൽ ഛർദ്ദിക്കാൻ വരും എന്ന് പറഞ്ഞാലോ?"

"ഛർദ്ദിക്കാൻ വരുന്നെങ്കിൽ, വായിച്ചുകൊണ്ടിരിക്കുന്ന എന്നെ ശല്യപെടുത്താതെ പോയി ഛർദ്ദിക്കട്ടെ."

ഒരിക്കൽ പുസ്തകത്തിന്റെയും, വായനയുടെയും വിശേഷങ്ങ ൾ സംസാരിച്ചു പോയപ്പോൾ പ്രിയപ്പെട്ട എന്റെ കൂട്ടുകാരി ആഷ്ന എ ന്നോടു ചോദിച്ച ചോദ്യവും എന്റെ മറുപടിയുമാണ് ഇതൊക്കെ. കാലങ്ങ ൾക്ക് ശേഷം വിവാഹം കഴിഞ്ഞ് പ്രവാസത്തിലേക്ക് ഞാൻ വിമാനം കയറിയത് ഒരു കെട്ട് പുസ്തകങ്ങളുമായിട്ട് ആയിരുന്നു. പക്ഷേ, സമയം ഒരുപാട് കൂടി പോയത് കൊണ്ടാണോ അതോ എന്റെ പുസ്തക കുഞ്ഞുങ്ങൾക്ക് ദുബായിയോട് എന്തെങ്കിലും ഇഷ്ട കുറവ് ഉള്ളത് കൊണ്ടാണോ എന്ന് അറിയില്ല നാട് മാറി വന്ന എന്റെ വായന കുറഞ്ഞ പ്പോൾ, കിട്ടിയ ഭർത്താവ് പുസ്തകത്തിന്റെ മണം അടിക്കുമ്പോൾ ഛർദ്ദി ക്കാൻ പോവാതെ

"എടീ ആ കൊണ്ടുവന്ന പുസ്തകമൊക്കെ ഒന്ന് ഇരുന്ന് വായിക്ക്" എന്ന് പറയാറുണ്ട്.

മൗനമഴ

പണ്ട് പറയാൻ ബാക്കിവെച്ചത് എന്തെങ്കിലും ഉണ്ടെങ്കിൽ പറയാ
നും കേൾക്കാനും വേണ്ടിയായിരുന്നു കുട ഉണ്ടായിട്ടും അയാൾ മഴ
തോരുന്നത് വരെ ആ കാത്തിരിപ്പ് പുരയിൽ കാത്തുനിന്നത്.

പക്ഷേ, അന്നും ഇന്നും തമ്മിൽ കാണുമ്പോഴൊക്കെ അവർക്കി
ടയിൽ പെയ്തിറങ്ങിയത് മൗനത്തിന്റെ മഴ മാത്രമായിരുന്നു.

ഈ മൗനമഴ നനഞ്ഞ് പനി പിടിച്ചതുകൊണ്ടായിരുന്നത്രേ
അവർക്ക് ഒന്നിക്കാൻ കഴിയാതെ പോയത് എന്ന് മഴത്തുള്ളികൾ
തമ്മിൽ പറഞ്ഞുകൊണ്ടിരുന്നു.

ഫിറോസും, അമ്പിളിയും

നോട്ടുബുക്ക് സിനിമയിലെ ഫിറോസിനെ ഓർമ്മയില്ലേ? പഠിത്ത ത്തിൽ താരതമ്യേന പുറകോട്ടാണ് എന്ന ഒറ്റക്കാരണം കൊണ്ട് നന്നായി പിയാനോ വായിക്കുന്ന ഫിറോസിനെ കൂട്ടുകാർക്കും അധ്യാപകർക്കും പുച്ഛമായിരുന്നു. അവന്റെ പുതിയ കോമ്പോസിഷൻ സുഹൃത്തായ സാറായെ കാണിക്കുമ്പോൾ അവളും പറയുന്നുണ്ട് "ആദ്യം എക്സാമിന് പാസ്സാകാൻ നോക്ക് എന്നിട്ട് ആവാം ഇതൊക്കെ" എന്ന്. അവന്റെ അതി മനോഹരമായ പുതിയ കോമ്പോസിഷൻ അവൾക്ക് വായിച്ചു കേൾപ്പി ച്ചാണ് അവൻ അതിനുള്ള മറുപടി നൽകിയത്.

"അടുത്ത എക്സാമിന് എല്ലാത്തിനും പാസ്സായാൽ എനിക്ക് ഇത് പോലെ ഒരെണ്ണം വാങ്ങി തരാം എന്നാണ് പപ്പാ പറഞ്ഞു. എന്റെ ഏറ്റവും വലിയ സ്വപ്നമാണ് ഇത്പോലൊരു പിയാനോ, അതുകൊണ്ട് ഈ എക്സാമിന് ഞാൻ എല്ലാത്തിനും നല്ല മാർക്ക് വാങ്ങും" എന്ന് അവൻ പറയുമ്പോൾ അവന്റെ മുഖത്ത് ഉണ്ടായിരുന്നത് ആത്മവിശ്വാസ വും ദൃഢനിശ്ചയവും ആയിരുന്നു.

ശരാശരിയിലും താഴെയുള്ള ഒരു സ്റ്റുഡന്റ് ഇത്ര മാർക്ക് മാത്രമെ വാങ്ങൂ, ഇനി അതിൽ കൂടുതൽ വാങ്ങിയാൽ അത് അവൻ കോപ്പി അടിച്ചു വാങ്ങിയതാവും എന്നുള്ള സ്ഥിരം കണ്ടെത്തലുകൾ ആണ് അവനും നല്ല മാർക്ക് വാങ്ങിച്ചപ്പോൾ നേരിടേണ്ടി വന്നത്. അതിന് എതിരെയുള്ള അവന്റെ ചെറുത്തു നിൽപ്പുകൾ ഒന്നും ഫലം കാണാതെ വന്നപ്പോൾ കോപ്പി അടിച്ചത് അവന്റെ ക്ലാസ്സിലെ പഠിപ്പി ക്കുട്ടിയാണെന്ന് സാറ പ്രിൻസിപ്പാളിനോട് പറഞ്ഞപ്പോൾ അവൾക്കും കിട്ടിയത് മറ്റ് ചില ശിക്ഷാ നടപടികൾ ആയിരുന്നു. അവസാനം കണ്ണീരോടെ എന്നന്നേക്കുമായി ഫിറോസ് ആ സ്കൂളിന്റെ പടി ഇറങ്ങുന്നത് നോക്കി നിൽക്കാൻ മാത്രമെ അവൾക്കും കഴിഞ്ഞുള്ളൂ.

പക്ഷേ, കാലങ്ങൾക്ക് ശേഷം തന്റെ ആരാധകർക്ക് ഓട്ടോഗ്രാ

ഫ് നൽകുന്ന അവനെ അവൾ നോക്കിയത് നിറഞ്ഞ പുഞ്ചിരിയോടെ യും അഭിമാനത്തോടെയും ആയിരുന്നു.

ഇനിയും കുറച്ച് നാൾ മുമ്പ് ഇറങ്ങിയ ആവറേജ് അമ്പിളി എന്ന വെബ് സീരീസിലേക്ക് വരാം അവിടെയും അമ്പിളി ആവറേജ് ആണ് എന്നുള്ളത് തന്നെ ആണ് പ്രശ്നം. അതിനപ്പുറം അവൾ ഒരു പെണ്ണായി പോയി എന്നത് ആ ശരാശരി നേടി കൊടുക്കാനുള്ള ഒരു എക്സ്ട്രാ എക്സ്പീരിയൻസ് സർട്ടിഫിക്കറ്റ് കൂടെ ആയി. മാർക്കുകൾ ആവറേജ് ആയി എന്നുള്ള കാരണം കൊണ്ട് മിക്കയിടങ്ങളിലും അവളുടെ സ്വപ്നം നിഷേധിക്കപ്പെട്ടു. അപ്പോഴും അവൾ തോൽക്കാൻ തയ്യാറായില്ല. നാട്ടു കാർ എന്ത് പറയും എന്ന വീട്ടുകാരുടെ ചിന്തയും അവളെ പിന്നോട്ട് നയിച്ചില്ല. പെട്രോളുമായി ഒരുവൻ വന്ന് മുമ്പിൽ നിന്നപ്പോഴും ആവറേ ജായതിന്റെ പേരിൽ അവൾ മുഖം താഴ്ത്തി നിന്നില്ല. അവളുടെ ആ നിൽപ്പിൽ പലരുടെയും മുഖം താഴുകയും, അവളെ കുറിച്ച് ഓർത്ത് മുഖം താഴ്ത്തി നടന്നവരുടെ മുഖങ്ങൾ ഉയരുകയുമാണ് ചെയ്ത്. അവളുടെ തീരുമാനങ്ങളും പ്രവർത്തിയും കണ്ട് മികച്ച പെർഫോർമർ ആയിട്ടും ജീവിതം അടുക്കളയിൽ മാത്രം ഒതുങ്ങി കൂടേണ്ടി വന്ന ചേച്ചിയുടെ അനുവാദം ചോദിക്കാതെയുള്ള ജോലിക്ക് പോക്കും, അമ്മയുടെ തീരുമാനങ്ങളും എല്ലാം അമ്പിളി ധൈര്യം കൊണ്ട് മാത്രം പൊരുതി നേടിയ നേട്ടങ്ങളാണ്.

ഫിറോസും, അമ്പിളിയുമൊക്കെ മാർക്കിന്റെ കാര്യത്തിൽ ആവറേജ് ആയിരിക്കും, മാർക്കിന്റെ കാര്യത്തിൽ മാത്രം. ജീവിതത്തിൽ അവരെപോലെയുള്ളവർ അസാധാരാണക്കാരാണ്!

Excellent
Very good
Good
Average
Below average
Poor

ഈ റാങ്കിംഗ് തലങ്ങൾ കൊണ്ടല്ല ഒരിക്കലും ഒരാളുടെ കഴിവുക ൾ നിശ്ചയിക്കപ്പെടേണ്ടത്. ആവറേജാണ് എന്ന് പറഞ്ഞു മാറ്റി നിർത്താ തെ അവർക്ക് അവസരങ്ങളാണ് നൽകേണ്ടത്.

Mark is not a criteria for measuring the talents. Everyone is unique and they all have their own magical talents.

പിണക്ക ഭരണി

പതിവ് ബസ് യാത്രക്കിടയിൽ ഒരു ദിവസം 3 വർഷം ഒരുമിച്ചു പഠിച്ച കൂട്ടുകാരിയെ കണ്ടു. പ്രായത്തിന്റെ കുസൃതികളിലും, അറിവില്ലാ യ്മകളിലും പെട്ട് (ഇപ്പോഴും അത് തന്നെയാണ് അവസ്ഥ) പഠിക്കുന്ന കാലത്ത് ഞങ്ങൾ തമ്മിൽ ചെറിയ ചെറിയ പിണക്കങ്ങളും, വാക്കുതർ ക്കങ്ങളുമൊക്കെ ഉണ്ടായിട്ടുണ്ട് (സ്വാഭാവികം). എന്റെ സ്ഥിരമായുള്ള യാത്രയിൽ ഞാൻ മിക്കപ്പോഴും അവളെ കാണുന്നുണ്ടായിരുന്നു. പക്ഷേ, എനിക്ക് അവളോട് സംസാരിക്കാൻ കഴിഞ്ഞിരുന്നില്ല. ഒരു ദിവസം അവൾ എന്റെ തൊട്ടടുത്ത് യാത്രകാരിയായി വന്നപ്പോൾ എനിക്ക് ഒരുപാട് സന്തോഷം തോന്നി. കുറെ നാളുകൾക്ക് ശേഷം അടുത്ത് കണ്ട സന്തോഷത്തിൽ ഞാൻ അവളോട് ഒരുപാട് കാര്യങ്ങൾ തിരക്കി. പക്ഷേ, അവൾ എന്നോട് ഒന്ന് മിണ്ടിയെന്ന് വരുത്തുക മാത്രം ചെയ്ത് എന്റെ അരികിൽ നിന്ന് പെട്ടന്ന് മാറിപ്പോയി.

പിന്നീടുള്ള എന്റെ യാത്രയിൽ ഒരുദിവസം ഞങ്ങൾ വീണ്ടും പരസ്പരം കണ്ടുമുട്ടി. പക്ഷേ, അവൾ എന്നെ കണ്ട ഭാവം നടിക്കാതെ എന്റെയരികിൽ നിന്ന് മാറികളഞ്ഞു. എന്റെ അടുത്ത് നിന്നിട്ടും മുഖത്ത് പോലും നോക്കാതെ മാറിപോയ അവളോട് എനിക്ക് പിന്നെ ഒന്നും ചോദിക്കാൻ തോന്നിയില്ല. അവൾ മിണ്ടാതെ പോയത് ഓർത്ത് നിന്നപ്പോഴും യാത്രയിൽ കണ്ട് പരിചയം മാത്രം ഉള്ളവരുടെ വിശേഷം തിരക്കുകളിൽ ഞാൻ മറുപടി കൊടുത്തു.

കാലം മാറ്റാത്ത പിണക്കങ്ങളും, പരിഭവങ്ങളും ഇല്ല എന്ന് പറയുന്നുണ്ട് എങ്കിലും, ചിലർ പഴകുംതോറും വീര്യം കൂടുന്ന വൈൻ പോ ലെ ഭൂതകാലത്തിലെ പിണക്കങ്ങളും ഭരണിയിൽ ഇട്ട് വെയ്ക്കാറുണ്ട്!

പ്രിയപ്പെട്ട കൂട്ടുകാരാ...

വർഷങ്ങൾക്ക് മുമ്പ്, ഉറക്കമുണർന്നു വന്ന ഒരു പൊൻപുലരി യിലാണ് ഞാൻ അവനെ ആദ്യമായി കണ്ടത്. 'ഫിലിപ്സ്' എന്നായിരുന്നു അവന്റെ പേര്. അന്ന് മുതൽ അവൻ എന്റെ കൂട്ടുകാരനായി. അവൻ ഒരു പാവമായിരുന്നു. പുസ്തകങ്ങളും, എഴുത്തും എന്റെ ഒപ്പം കൂടുന്നതി ന് മുമ്പ് എനിക്ക് കൂട്ടായി അവൻ മാത്രമേ ഉണ്ടായിരുന്നുള്ളു. ഒറ്റപെടലി ന്റെയും, വിഷമങ്ങളുടെയും സമയങ്ങളിൽ ഞാൻ അവനോടൊപ്പം കൂടി. അപ്പോഴെല്ലാം അവൻ എന്നെ ചിരിപ്പിക്കുകയും പുതിയ പുതിയ സിനിമകളും, പാട്ടുകളും, ദൃശ്യാവിഷ്കാരങ്ങളും എല്ലാം സമ്മാനമായി നൽകി എന്റെ വേദനകൾ ഇല്ലാതെയാക്കി.

അവന് അസുഖം വരുന്ന ദിവസങ്ങളിൽ അവനെ പോലെ തന്നെ ഞാനും ചലിക്കാതെയായി. എന്റെ പ്രഭാതങ്ങൾ തുടങ്ങുന്നതും അവസാനിക്കുന്നതും അവന്റെ ഒപ്പം ആയിരുന്നു. അവൻ ഇല്ലാതെ എങ്ങനെ ജീവിക്കും എന്ന് വരെ ഞാൻ ആലോചിച്ചിട്ടുണ്ട്. അങ്ങനെ വർഷങ്ങൾ ഞങ്ങൾ ഒന്നിച്ചു ഉണ്ടായിരുന്നു.

പേരും രൂപവും മാറി വന്നതല്ലാതെ വേറെ മാറ്റങ്ങൾ ഒന്നും സംഭവിച്ചില്ല. 'കാലം മാറ്റാത്തതായി ഒന്നുമില്ല' എന്ന തിരിച്ചറിവ് കുറച്ചു കാലങ്ങൾക്ക് മുമ്പ് ഞാൻ തിരിച്ചറിഞ്ഞു. കാലം എനിക്ക് മറ്റൊരു കൂട്ടുകാരനെ സമ്മാനിച്ചു, അല്ലെങ്കിൽ ഞാൻ ആ കൂട്ടുകാരനെ തേടി പോയി എന്നുവേണമെങ്കിലും പറയാം. എപ്പോഴും എന്റെ കൈക്കുള്ളിൽ ഒതുങ്ങി ഇരിക്കുന്നു ഒരു കൂട്ടുകാരൻ. എപ്പോഴും എന്റെ ഒപ്പം അവൻ ഉണ്ടാകും. എന്റെ യാത്രകളിൽ പോലും ഞങ്ങൾ ഒരുമിച്ച് ഉണ്ടായിരുന്നു. അതുകൊണ്ട് തന്നെ എന്റെ മനസ്സിൽ അവൻ പെട്ടന്ന് ഇടം നേടി. അതിലെ ഓൺലൈൻ ബന്ധങ്ങളിലും, ആപ്ലിക്കേഷനുകളിലുമായി ഞാൻ എന്നെ തന്നെ മറന്നു പോയി.

എന്റെ പഴയ കൂട്ടുകാരൻ ഇതെല്ലാം കണ്ടുകൊണ്ട് എന്റെ മുമ്പിൽ തന്നെ ഉണ്ട്. പക്ഷെ, ഇന്ന് ഞാൻ അവനെ മുമ്പിൽ കാണുമ്പോ ൾ ഒന്ന് ചിരിക്കാറുപോലും ഇല്ല. വല്ലപ്പോഴും മാത്രം ചിലപ്പോൾ ഒന്ന് മുഖത്തേക്ക് നോക്കും, അപ്പോഴും എന്റെ കൈയിൽ എന്റെ പുതിയ കൂ ട്ടുകാരൻ ഉണ്ടാകും.

ഗുൽമോഹർ

എത്ര തവണ രഞ്ജിത്ത് അഭിനയിച്ച ഈ ചിത്രം കണ്ടിട്ടുണ്ടെന്ന് അറിയില്ല. എപ്പോൾ കണ്ടാലും ആദ്യം കാണുന്ന അതേ കാഴ്ച്ചാ അനുഭവമാണ്. ഞാനും അച്ചായും, അമ്മയും ഒന്നിച്ചു ഇരുന്നാണ് ചിത്രം കണ്ടത്. ഫീൽ ഗുഡ് മൂവീസ് മാത്രം കാണാറുള്ള അമ്മ എന്തുകൊണ്ട് ഞങ്ങ ളുടെ ഒപ്പം ഇരുന്നു ഈ സിനിമ കാണുന്നു എന്ന ചോദ്യം എന്റെയും അച്ചയുടെ മനസ്സിൽ ഉണ്ടായിരുന്നു. ഞാൻ അത് നേരിട്ട് ചോദിക്കുകയും ചെയ്തു.

"ഹോ ചുമ്മാ ഒന്ന് കണ്ടുനോക്കാം" എന്നായിരുന്നു മറുപടി. അങ്ങനെ ഗുൽമോഹറിന്റെ (ഇന്ദുചൂഡന്റെ) അധ്യാപക ജീവിതവും, പ്രണയവും, അനീതിക്ക് എതിരെയുള്ള പോരാട്ടവും, ജയിൽ ജീവിതവും, കുടുംബ ജീവിതവും എല്ലാം അമ്മ ഞങ്ങളുടെ ഒപ്പം ഇരുന്നുകണ്ടു. അവസാനം ആ ഗുൽമോഹർ, സമൂഹത്തിന് വേണ്ടി എരിഞ്ഞു ഇല്ലാതാ യി അവസാനിച്ചപ്പോൾ ഞാനും അച്ചയും ഒരു നല്ല സാമൂഹിക പ്രസക്തി യുള്ള ചിത്രം കണ്ടല്ലോ എന്നോർത്ത് ടീവീ ഓഫ് ചെയ്ത് രാത്രി 12 മണിക്ക് ഉറങ്ങാൻ പോവാൻ തുടങ്ങിയപ്പോഴാണ് അമ്മയുടെ ആ ചോദ്യം.

"എന്നാലും അദ്ദേഹം എന്ത് പണിയ കാണിച്ചത്? ആ പാവം പെണ്ണിനെയും പിള്ളേരെയും കുറിച്ച് ഓർത്തില്ലല്ലോ" എന്ന്. എന്ത് മറുപടി പറയണം എന്നോർത്ത് ഒരു നിമിഷം ഞാനും അച്ചയും പകച്ചു നിന്നു. ഒരു ചിരിയോടു കൂടി അച്ചാ പോയി കിടന്നു. അതിനുള്ള ഉത്തരം അച്ച യുടെ മനസ്സിൽ ഉണ്ടാകും. പക്ഷെ, അത് പറഞ്ഞില്ല.

എനിക്ക് ആദ്യം ചിരിയാണ് വന്നത്. പിന്നെ എനിക്ക് മനസിലാ യി, അമ്മയ്ക്ക് അങ്ങനെയേ ചിന്തിക്കാൻ സാധിക്കൂ. കാരണം അമ്മയു ടെ ജീവിതം കുടുംബം ആണ്. കുടുംബത്തെ കുറിച്ച് മാത്രം ഊണിലും ഉറക്കത്തിലും ചിന്തിക്കുന്ന ആൾക്ക് അങ്ങനെ ഒരു ചോദ്യമാണ് ആദ്യം മനസ്സിൽ വരുക.

ഒരു സമൂഹത്തിന് വേണ്ടി ഗുൽമോഹർ പൊഴിഞ്ഞു ഇല്ലാതായ പ്പോൾ അമ്മ കണ്ടത് അയാളിലെ കുടുംബനാഥനെ മാത്രമായിരുന്നു. അയാൾക്ക് വേണ്ടി കാത്തിരിക്കുന്ന അയാളുടെ ഭാര്യയും, മക്കളും മാത്രമായിരുന്നു അമ്മയുടെ മനസ്സിൽ.

ഒറ്റ

ദീപ ടീച്ചറിന്റെ 'നനഞ്ഞുതീർത്ത മഴയിൽ' ഒറ്റപുത്രി എന്നൊരു കഥാഭാഗത്തിൽ ഒരു ഒറ്റ പുത്രിയായി ജനിച്ചിരുന്നെങ്കിൽ ലഭിക്കുന്ന ഭാഗ്യത്തെ പറ്റി ടീച്ചർ വല്ലാതെ വിഷമത്തോടെ എഴുതിയ ഒരു ഭാഗം ഉണ്ട്. മൂന്ന് മക്കളിൽ ഒരാളായ ടീച്ചർക്ക് ചിലപ്പോൾ ഒറ്റ പുത്രി പട്ടം ഏറ്റവും ഭാഗ്യവും, സന്തോഷവുമൊക്കെയായും തോന്നിയിട്ടുണ്ടാകും. വായിച്ചു കൊണ്ടിരുന്നപ്പോൾ തന്നെ ഞാൻ അതിൽ എഴുതിയിരുന്നു ആരും ഒറ്റപുത്രി ആയി ജനിക്കാതിരിക്കട്ടെ എന്ന്.

എല്ലാവരും ഒറ്റപുത്രിമാരുടെ ഭാഗ്യങ്ങളെ പറ്റി മാത്രം പുകഴ്ത്തി പറയുമ്പോൾ അവർ ഉള്ളിൽ കരയുന്നുണ്ടാവും. കൂട്ടുകൂടാൻ ആളില്ലാ തെ, കളിക്കാൻ ആളില്ലാതെ, സ്നേഹത്തിന്റെ പങ്കിടൽ സന്തോഷങ്ങൾ ഇല്ലാതെ അവരുടെ ബാല്യം കടന്നു പോയിട്ടുണ്ടാവും. യൗവനം എത്തിയ പ്പോൾ ചിലപ്പോൾ കൈത്താങ്ങിന് ഒരു കൂടപ്പിറപ്പ് ഇല്ലാതെ അവർ വേദനിച്ചിട്ടുണ്ടാകും? വാർദ്ധക്യം എത്തിയപ്പോൾ ഇടയ്ക്കിടയ്ക്ക് തിര ക്കി വരാൻ ഒരു സഹോദരനോ, സഹോദരിയോ ഇല്ലല്ലോ എന്നോർത്ത് അവർ സങ്കടപ്പെട്ട് ഇരുന്നിട്ടുണ്ടാകും. അമ്മയുടെയും അച്ഛന്റെയും സ്നേ ഹം പങ്കിട്ട് പോകാതെ മുഴുവനായും കിട്ടുന്നവരാണ് ഒറ്റ പുത്രി/പുത്രന്മാർ എന്ന കാര്യത്തിൽ യാതൊരു സംശയവും ഇല്ല. പക്ഷേ, അവർ അനുഭവി ക്കുന്ന ചില പ്രശ്നങ്ങളുണ്ട്, ഒറ്റപ്പെടലുകളുണ്ട്. അത് ആർക്കും പറഞ്ഞാൽ മനസ്സിലാവില്ല. അവർക്കുണ്ടാവുന്ന പൊരുത്തപ്പെടലുകളി ലെ പ്രശ്നങ്ങളും അവരിലെ മാനസിക സംഘർഷങ്ങളും എവിടെയും ചർച്ചചെയ്യപ്പെട്ടിട്ടില്ല.

കുട ചൂടി നിൽക്കുന്ന മനുഷ്യർ

എന്നും എപ്പോഴും മറ്റുള്ളവർക്ക് കുട ചൂടുന്ന മനുഷ്യരെ പറ്റി ചിന്തിച്ചിട്ടുണ്ടോ?

തുലാമാസത്തിലെ തകർത്ത് പെയ്യുന്ന മഴപോലെ വിഷാദത്തിന്റെ നടുവിൽ ആരുമറിയാതെ നിൽക്കുമ്പോഴും തൊട്ടടുത്ത് കണ്ണ് കലങ്ങി ഒരു മനുഷ്യനെ കണ്ടാൽ സ്വന്തം വിഷാദത്തെ ഒളിപ്പിച്ചു അവർക്ക് നേരെ ആശ്വാസത്തിന്റെ കുട ചൂടുന്ന ഒരു മനുഷ്യൻ ഉണ്ട്.

സ്വയം തകർന്ന് തരിപ്പണമായിരിക്കുന്ന സമയത്തും ചെറിയ തോൽവിയിൽ പെട്ട് തകർന്ന് പോയ ഒരാളോട് "എല്ലാം ശരിയാകുമെ ടോ" എന്ന് പറഞ്ഞ് ആത്മവിശ്വാസം നൽകുന്ന ഒരു മനുഷ്യൻ നമുക്കിട യിൽ ഉണ്ട്.

ഏത് ആഴ്ന്ന സങ്കടകടലിന്റെ നടുവിൽ നിൽക്കുമ്പോഴും നമ്മു ടെ മുഖത്തെ ചെറിയ ഒരു സങ്കടം കാണുമ്പോൾ എന്ത് പറ്റിയെന്ന് ചോദി ച്ചു ഓടിയെത്തുന്ന ഒരു മനുഷ്യൻ ഉണ്ട്.

ആരുമില്ലാതെ ഒറ്റപ്പെടലിന്റെ തുരുത്തിൽ അകപ്പെട്ട് പോയിട്ടും നമ്മളിലെ ഏകാന്തതയും, ഒറ്റപ്പെടലും കണ്ട് അരികിലേക്ക് വന്ന് ചേർന്നി രിക്കുന്ന ഒരു മനുഷ്യൻ ഉണ്ട്.

ഇങ്ങനെ എല്ലായ്പ്പോഴും നമ്മുക്ക് നേരെ കുടയുമായി നിൽക്കു ന്ന മനുഷ്യനെ പറ്റി ഒരിക്കൽ എങ്കിലും നമ്മളും ചിന്തിക്കണം. അവർ നൽകുന്ന തണലേൽക്കുക മാത്രം ചെയ്യാതെ അവർക്കും സ്നേഹത്തി ന്റെയും, കരുതലിന്റെയും, സന്തോഷത്തിന്റെയും, ആത്മവിശ്വാസത്തി ന്റെയും കുട ചൂടി നൽകാൻ വല്ലപ്പോഴുമൊക്കെ അവരുടെ കുടയുടെ ചുവട്ടിൽ നിന്നവർ ഓർമ്മിക്കണം.

ആ വർണ്ണശലഭമായ ഓർമ്മ കുടയാണ് അവർ നൽകിയ തണ ലിന് തിരികെ കൊടുക്കാനുള്ള ഏറ്റവും നല്ല സ്നേഹ മരുന്ന്!

ചില മനോഹരമായ കാരണങ്ങൾ

"ഞാൻ മരിക്കാതിരിക്കാനുള്ള കാരണവും, ചിരിക്കാനുള്ള കാരണവും നീയാണ്".

"മരണത്തിന്റെ പടി വാതിക്കൽ എന്റെ അവസാന കാഴ്ച്ച നിന്റെ മുഖം മാത്രമായിരുന്നു. അന്നേരവും ഞാൻ ഭയപ്പെട്ടതത്രയും ഞാൻ ഇല്ലാതെ ആയാൽ നീ എന്ത്ചെയ്യുമെന്ന് കരുതി മാത്രമായിരുന്നു."

"എന്റെ ചിരികളെല്ലാം ഒരു വിഷാദ കാലത്ത് എന്നിൽ നിന്ന് ഒഴുകി പോയതായിരുന്നു. പക്ഷേ, നീ വന്നതിൽ പിന്നെ വിഷാദം എങ്ങനെയോ പെയ്ത് തോർന്ന് എന്നിൽ വസന്തത്തിന്റെയും, ഗ്രീഷ്മത്തിന്റെയും പുഞ്ചിരി മൊട്ടുകൾ വിടർന്നു തുടങ്ങി."

ഏതെങ്കിലും ഒരു യാത്രയിൽ ഒരു സഹയാത്രികൻ നമ്മളോട് നിങ്ങൾ ജീവിതം കൊണ്ട് എന്ത് നേടി എന്ന് ചോദിക്കുകയാണെങ്കിൽ

"ഒരു മനുഷ്യന് ജീവിക്കാനുള്ള കാരണവും, ചിരിക്കാനുള്ള കാരണവും ഞാനാണ്" എന്ന് പറയാനുള്ള ധൈര്യം നിങ്ങൾക്കുണ്ടെങ്കിൽ നിങ്ങളുടെ ജീവിത യാത്രയ്ക്ക് കിട്ടുന്നത് സന്തോഷവും, സംതൃപ്തിയും നിറഞ്ഞ വർണങ്ങൾ കൊണ്ടുള്ള മനോഹരമായ ഒരു ടിക്കറ്റ് ആയിരിക്കും. ഇങ്ങനെ ഒരു ഉത്തരം ഒരാളിൽ നിന്നെങ്കിലും നമുക്ക് ലഭിച്ചിട്ടുണ്ടെങ്കിൽ അതിൽപരം ജീവിതത്തിൽ നിന്ന് ഇനിയും ഒന്നും കിട്ടാനില്ല.

മനുഷ്യരെ... നമുക്ക് എല്ലാവർക്കും നമ്മുടെ ചുറ്റുമുള്ളവർക്ക് സന്തോഷമായി ജീവിക്കാനുള്ള കാരണങ്ങളായി അങ്ങ് ജീവിക്കാമെന്നേ!

വീടും, മുറിയും

അനാഥമായിപോയ മനുഷ്യന്റെ അതേ തേങ്ങലുകളും, വിഷമ ങ്ങളും തന്നെയാണ് അനാഥമായിപോകുന്ന വീടിനും. ഒരു കാലത്ത് എല്ലാ വരും ഉണ്ടായിരുന്ന, കളിചിരികൾ നിറഞ്ഞ ഓരോ മുറികൾക്കും അവ കാശികൾ ഉണ്ടായിരുന്ന സ്നേഹിക്കാനും, തലോടാനും ആളുകളുണ്ടായി രുന്ന ആ വീട്ടിൽ പെട്ടന്ന് ഒരു ദിവസം ആരും ഇല്ലാതെ ആകുമ്പോൾ ശരിക്കും ആ വീടും ഒറ്റപ്പെട്ടു പോകുകയാണ്.

കാടും, പൊടിയും പിടിച്ച് മരണത്തിന്റെ വക്കിലെത്തുന്ന ആ വീടിന് അന്ത്യകർമ്മങ്ങൾ ചെയ്യാൻ അത് തണലേകിയ ഒരു മനുഷ്യൻ പോലും ഇല്ലാതെയാകുക എന്നത് അങ്ങേയറ്റം വേദനയാണ്. വീട് എന്നത് ശരീരവും, അതിലെ നമ്മുടെ സ്വന്തം മുറി ആത്മാവുമായിട്ടാണ് എനിക്ക് തോന്നിട്ടുള്ളത്. എന്നെ ഏറ്റവും മനസിലാക്കിയത് എന്റെ മുറിയാണ്. എന്റെ വീടിന്റെ ഏറ്റവും മൂലയിലുള്ള ഒരു മുറി, ഞാൻ വഴ ക്കുണ്ടാക്കി നേടിയെടുത്ത എന്റെ മുറി.

ആമി (മാധവികുട്ടിയമ്മ) പറഞ്ഞതുപോലെ "ഞാൻ കരഞ്ഞ ഇടം, എന്റെ വേദനകൾ ഞാൻ ഇറക്കി വെച്ചിരുന്ന ഇടം, എന്റെ എഴുത്തും, വായനയും ഞാൻ പങ്കുവെച്ച ഇടം, ഉറക്കം വരാത്ത എന്റെ രാത്രികളെ അറിഞ്ഞ ഇടം." വീട്ടിലേക്ക് വീഡിയോ കാൾ ചെയ്യുമ്പോൾ എന്റെ മുറി കാണിക്ക് എന്ന് ഞാൻ അച്ഛായോട് പറയുമ്പോൾ, അന്നേരം അച്ഛാ പറയും

"എന്നും വൈകിട്ട് ഞാനും, അമ്മയും ഇവിടെ ഈ കട്ടിലിൽ വന്ന് കുറച്ച് ഇരിക്കാറുണ്ട് മോനെ അപ്പോൾ നീ അടുത്ത് ഉള്ളതുപോലെ ഒരു തോന്നലാ..."

ശരിയാ ഞാൻ എന്നത് എന്റെ ആ മുറിയാണ്. ഞാൻ വായിക്കാ തെയും പിന്നെ, വായിച്ചും തീർത്ത എന്റെ പുസ്തക കുഞ്ഞുങ്ങൾ, എന്റെ കളിപ്പാട്ടങ്ങൾ, എന്റെ ഇഷ്ട വസ്ത്രങ്ങൾ, ഞാൻ എഴുതി തീർത്ത പേന കുഞ്ഞുങ്ങൾ, പഠിച്ചു തീർത്ത പുസ്തകങ്ങൾ, ചെയ്ത ജോലിയു ടെ കടലാസ് കെട്ടുകൾ.

ഒരു പക്ഷേ എന്റെ ജീവന്റെ അല്ലെങ്കിൽ ജീവിതത്തിന്റെ അവശേഷിപ്പുകൾ എനിക്കൊപ്പം താമസമാക്കിയ ഇടം. "അതാണ് ഞാൻ പണ്ടൊരിക്കൽ താമസിച്ച വീട്" എന്ന് എന്റെ വീടിനെ നോക്കി പറയേണ്ടി വരുമോ എന്നുള്ളത് എന്നെ വെല്ലാതെ ഭയപ്പെടുത്തുന്നു. എ ന്റെ വീടും എന്റെ ആ മുറിയും ഒരിക്കലും അനാഥത്വത്തിലേക്ക് പോകരു ത് എന്ന് മാത്രമാണ് എന്റെ ആഗ്രഹം.

ഇറക്കിവെയ്ക്കലുകളുടെ ഇരിപ്പിടങ്ങൾ

ഇറക്കിവെയ്ക്കലുകളുടെ ഇരിപ്പിടങ്ങളായ ആ മനുഷ്യരെ കുറിച്ച് ചിന്തിച്ചിട്ടുണ്ടോ?

എന്തിന് ചിന്തിക്കണം അവരെ കുറിച്ചൊക്കെ അല്ലെ?

ഒന്നും അറിയാതെ വെറുതെ കാഴ്ചക്കാരായി നിന്നിട്ടും കാരണം പോലും അറിയാതെ മറ്റ് ചിലരോടുള്ള ചിലരുടെ ദേഷ്യം തീർക്കലിന്റെയും, സങ്കടം തീർക്കലിന്റെയും ഇറക്കിവെക്കലുകളുടെയും ആ ഇരിപ്പിടങ്ങൾ. ആ ഇരിപ്പിടങ്ങളുടെ നോവ് ആർക്കും മനസ്സിലാവില്ല. അല്ലെങ്കിൽ ആരും മനസിലാക്കില്ല. നോവും, നൊമ്പരവും, കണ്ണീരും, സങ്കടവും, ദേഷ്യവും ഒന്നുമില്ലാത്ത ഒരു മനുഷ്യ ജീവനായി മാത്രമേ ആ ഇരിപ്പിടത്തെ എല്ലാവരും കാണുകയുള്ളൂ.

ഈ ഇരിപ്പിടങ്ങളുടെ തോളിൽ തട്ടി അവരുടെ വിഷമങ്ങളുടെ ചെറിയ ചെറിയ പൊടികൾ പോലും ഒന്ന് തട്ടി കളഞ്ഞ്, ഒന്ന് വൃത്തിയാക്കി അവരെ സമാധാനിപ്പിക്കാൻ പോലും ആരും ഇല്ല. ഇറക്കിവെയ്ക്കലുകളുടെ ഘോഷയാത്രകളുടെ ഇടവേളകളിൽ എങ്കിലും അവരെ കുറിച്ച് ഒന്ന് ഓർത്ത് നോക്കണം.

പകലിന്റെ വെളിച്ചത്തിൽ മുഴുവൻ ചിരിച്ചു കളിച്ചു സന്തോഷിച്ചു മറ്റുള്ളവരെ സന്തോഷിപ്പിച്ചും നടന്നിട്ട് രാത്രിയിൽ ഇരുട്ടിന്റെ മറവിൽ തലയണകളെ കൂട്ടുപിടിച്ച് ആ ഇരിപ്പിടങ്ങൾ അവരുടെ വേദനകളെ അവരും ആരുമറിയാതെ ഇറക്കിവെയ്ക്കുന്നുണ്ട്. നമ്മൾ ആരും അത് അറിയുന്നില്ല എന്ന് മാത്രം, അല്ലെങ്കിൽ അത് അറിയാൻ ശ്രമിക്കുന്നില്ല.

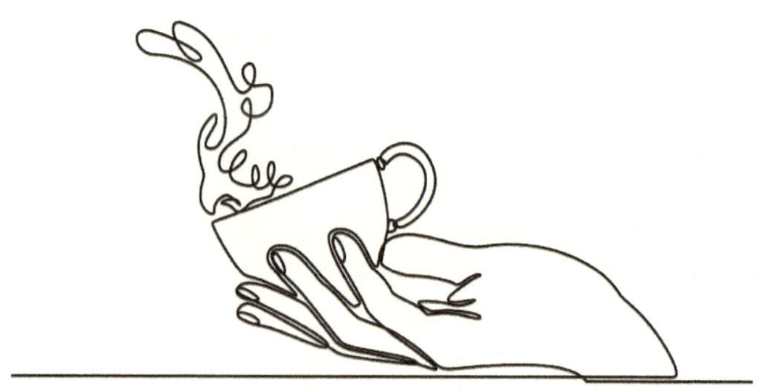

നമ്മൾ കണ്ടമുട്ടിയിട്ടുണ്ടോ?

"എടോ..."

"നമ്മൾ എന്നാടോ ഒന്ന് കണ്ടുമുട്ടുന്നത്?"

"നമ്മൾ, നമ്മൾ പോലും അറിയാതെ കണ്ടുമുട്ടിയിട്ടുണ്ടാവുമെ
ടോ..."

"അത് എങ്ങനെ നമ്മൾ പോലും അറിയാതെ നമ്മൾ കണ്ടുമുട്ടു
ന്നത്?"

"ഒരു വലിയ ആൾക്കൂട്ടത്തിനിടയിൽ ചിലപ്പോൾ ഒറ്റപ്പെട്ടു നിൽ
ക്കുന്ന രണ്ട്പേരായി ഞാനും നീയും ഉണ്ടായിരുന്നിരിക്കണം."

'എറ്റവും നല്ല കട്ടൻ കിട്ടുന്ന കടയിൽ ഒരേ സമയം വന്ന് ആ
കാപ്പിയുടെ രുചികൂട്ട് നമ്മൾ ആസ്വദിച്ചു നുകർന്നിട്ടുണ്ടാവും. അതുമല്ല
ങ്കിൽ തിരക്കുള്ള ഒരേ കെ. എസ്സ്. ആർ. ടി. സി. ബസ്സിന്റെ വിൻഡോ സീ
റ്റിൽ സങ്കൽപ്പത്തിന്റെ ലോകത്തിലേക്ക് നമ്മളെ വിട്ട് കൊടുത്ത് തമ്മിൽ
കാണാതെ നമ്മൾ ഒരുമിച്ച് യാത്ര ചെയ്തിട്ട് ഉണ്ടാവും. ചിലപ്പോൾ ഒരു
പുസ്തകമേളയിൽ ഇഷ്ട പുസ്തകങ്ങളെ തേടി നാം രണ്ടും ഒരേ വഴിയി
ൽ നടന്നിട്ടുണ്ടാവും.'

"അങ്ങനെ എത്ര എത്ര ഇടങ്ങളിൽ നാം പോലും അറിയാതെ
നമ്മൾ കണ്ടുമുട്ടി കാണും."

"തമ്മിൽ തമ്മിൽ കാണാതെ പോയ ഓരോ കണ്ടുമുട്ടലുകളും
മനോഹരം ആണെടോ" സോഷ്യൽ മീഡിയ വഴി പരിചയപ്പെട്ട ഒരു
പെൺകുട്ടി എന്നോട് ഒരിക്കൽ ചോദിച്ച ആ ചോദ്യത്തിന്ന് ഇങ്ങനെ ഒരു
മറുപടി കൊടുക്കാനാണ് എനിക്ക് തോന്നിയത്.

പൊതുവായ ഇഷ്ടങ്ങളുള്ള സുഹൃത്തുക്കൾ ചിലപ്പോൾ അവർ
അറിയാതെ തന്നെ കണ്ടുമുട്ടുന്നുണ്ടാവും എന്ന് എനിക്ക് പലപ്പോഴും
തോന്നാറുണ്ട്.

ഇറങ്ങി പോയ ഇഷ്ടങ്ങൾ

ഒരു യാത്ര പോലും പറയാതെ നമ്മളിൽ നിന്ന് ഇറങ്ങിപോയ, അല്ലെങ്കിൽ നമ്മൾ ഇറക്കിവിട്ട ചില ഇഷ്ടങ്ങൾ ഇല്ലേ?

നമ്മളെ നമുക്ക്പോലും ഇഷ്ടമില്ലാതെയാക്കി മാറ്റിയ ആ ഇറങ്ങിപോകലുകൾ. അവയൊക്കെ ഇപ്പോൾ എവിടെയാണ് എന്ന് എങ്കി ലും ഒന്ന് തിരക്കിയിട്ടുണ്ടോ?

ഒരുപാട് ദൂരത്തിലേക്കൊന്നും പോകേണ്ട, വീട്ടിലെ ഉപയോഗ ശൂന്യമായ ഒരു മുറിയിയിലേക്കോ, ഓർമ്മകളെ അടക്കം ചെയ്തിരിക്കു ന്ന ആ പഴയ വലിയ പെട്ടിയിലേക്കോ ഒന്ന് നോക്കിയാൽ മതി. അവിടെ ഉണ്ടാകും നമ്മൾ ഏറെ ഇഷ്ടപ്പെട്ട നമ്മുടെ കൈയിൽ നിന്ന് ജീവിതത്തി ന്റെ തിരക്കിന്റെയും മാറ്റത്തിന്റെയും കുത്തൊഴുക്കിൽ പെട്ടുപോയ നമ്മുടെ ആ ഇഷ്ടങ്ങൾ.

ഒരു കൈ കുഞ്ഞിനെ എടുക്കുന്നപോലെ മുഖത്ത് ഒരു പുഞ്ചി രി വിടർത്തി രണ്ട് കൈകൾ കൊണ്ട് ചേർത്ത് പിടിച്ച് അവയെ ഒന്ന് ജീവിതത്തിലേക്ക് തിരികെയെടുത്താൽ നമുക്ക് തിരിച്ചു കിട്ടുന്നത് നമ്മൾ ഏറെ ഇഷ്ടപ്പെട്ടിരുന്ന ആ പഴയ നമ്മളെ കൂടിയാണ്.

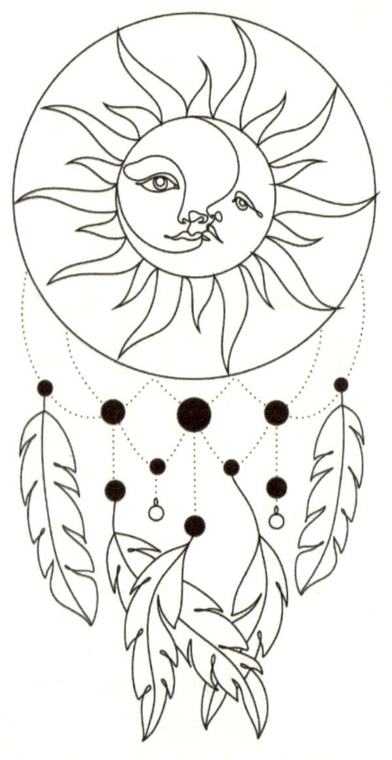

മറന്നു പോയ ഒരു ഓർമ്മ

എന്നോ മറന്നുപോയ ഒരു ഓർമ്മയായി നമ്മളും ചിലരുടെയൊ ക്കെ ഉള്ളിൽ ഉണ്ടാവും. പണ്ട് എടുത്ത ഒരുമിച്ചുള്ള ഒരു ചിത്രം കാണു മ്പോൾ ചിലപ്പോൾ ആ ഓർമ്മയെ ഒന്ന് മനസ്സിലേക്ക് വിളിച്ചുവരുത്തി ഒരു കൈ കൊടുക്കുമായിരിക്കും. അതിന് ശേഷം വീണ്ടും ആ കൈകൾ കൊണ്ട് തന്നെ അങ്ങനെ ഒരു വ്യക്തി ജീവിതത്തിൽ ഉണ്ടായിട്ടുപോലും ഇല്ലെന്നുള്ള ഭാവത്താൽ ആ കൈകൾ തട്ടിമാറ്റും.

ഒരിക്കലും നിലയ്ക്കില്ല എന്ന് സ്വയവും, ചുറ്റുമുള്ളവരും പറ ഞ്ഞ ഒരുപാട് സൗഹൃദങ്ങൾ ഉണ്ടാവില്ലേ നമുക്ക് ഓരോത്തർക്കും? ഒ ന്നോർത്ത് നോക്കിക്കേ, അവർ എത്രപേർ ഇന്ന് ഒപ്പം ഉണ്ടെന്ന്. മറവിക്ക് വിട്ട്കൊടുക്കാതെ പണ്ട് മുതലുള്ള എത്ര ബന്ധങ്ങളെ ഇന്നും ചേർത്ത് പിടിച്ചിട്ടുണ്ടെന്ന് ഒന്ന് കണക്ക് എടുക്കുന്നത് നന്നായിരിക്കും.

പഴയ ഒരു കൂട്ടുകാരനോ, കൂട്ടുകാരിയോ വിളിക്കുമ്പോൾ സന്തോഷത്തോടെ ആ ഫോൺ എടുക്കുമ്പോൾ വെറുതെ ഒന്ന് സുഖമാ ണോ എന്ന് പോലും ചോദിക്കാതെ അവരുടെ ആവശ്യം മാത്രം പറഞ്ഞിട്ട് ഫോൺ വെയ്ക്കുമ്പോൾ പണ്ട് വാതോരാതെ സംസാരിച്ചിരുന്ന ആ സൗ ഹൃദത്തെ നമുക്ക് നഷ്ടപ്പെട്ടിരിക്കുന്നു എന്ന തിരിച്ചറിവ് രണ്ടിൽ ഒരാൾ ക്കെങ്കിലും ഉണ്ടാവും.

കാലത്തിന്റെ കുത്തൊഴുക്കിൽ പെട്ട് മറവിയിലേക്ക് താഴ്ന്നു പോയി മൂന്നാം ദിവസം പോലും ഓർമ്മയിലേക്ക് പൊങ്ങി വരാത്ത മനു ഷ്യരായി പോയി നമ്മളിൽ മിക്കവരും.

എനിക്ക് അറിയില്ല എന്റെ മനുഷ്യരെ... നമ്മൾ പലരോടും പറയാറില്ലേ ഓർക്കാൻ ഇഷ്ടമില്ലാത്തതിനെ ഒക്കെ മറവിക്ക് കൊടുക്കാ ൻ. അതിലെ തമാശ എന്തെന്ന് വെച്ചാൽ അങ്ങനെ പറഞ്ഞവരെ തന്നെ അതിന്റെ കേൾവിക്കാർ മറവിക്ക് കൊടുക്കും എന്നുള്ളതാണ്.

എന്റെ തിരക്കുകളെ..,
കുറച്ച് അങ്ങോട്ട് മാറി നിൽക്കൂ...

ജീവിതത്തിന്റെ തിരക്കുകളിൽ നിന്ന് കുറച്ചു സമയത്തേക്ക് ഒന്ന് അവധി എടുത്ത് ഒരു ശൂന്യമായ ഇടത്തിലേക്ക് ഒന്ന് പോയിരുന്നു നോക്കൂ. അവിടെ കാണാൻ കഴിയും തിരക്കിന്റെ പേരിൽ നിങ്ങൾ ഒഴി വാക്കിയ മനുഷ്യരെ, അവരുടെയും നിങ്ങളുടെയും വർത്തമാന ഇടങ്ങ ളെ, ഒന്നിച്ചു പോകേണ്ടിയിരുന്ന യാത്രകളെ, ഓർത്ത് ഓർത്ത് ചിരിക്കേ ണ്ടിരുന്ന പഴയ ഓർമ്മകളെ, നിങ്ങളുടെ അവഗണന നേരിട്ടവരെ, നിങ്ങ ൾ മറന്നു പോയവരെ.

ഇത്ര മാത്രം കണ്ടപ്പോഴേ നിങ്ങളുടെ മനസ്സ് വിങ്ങിയോ? കണ്ണു കൾ കലങ്ങിയോ? ഒട്ടും വൈകിയിട്ടില്ല, കഴിഞ്ഞുപോയ ആ കാലത്തെ ഒന്നു തിരികെ കൊണ്ടുവന്നാൽ മതി. ഒഴിവാക്കിയവരുടെ തോളിൽ തട്ടി

"വാ നമുക്ക് പഴയത് പോലെ ഒരു കട്ടൻ പകുത്ത് കുടിക്കാം" എന്ന് ഒന്ന് പറഞ്ഞാൽ മതി. ചിലപ്പോൾ ആ പഴയ മനസ്സിന്റെ അമിതഭാര ങ്ങൾ ഒന്നും ഇല്ലാത്ത നിങ്ങളെയും നിങ്ങൾക്ക് തിരികെ കിട്ടും.

ചോദ്യങ്ങളെ ഭയക്കാതെ ജീവിക്കുക, ജീവിക്കാൻ അനുവദിക്കുക

ചോദ്യങ്ങളെ പേടിച്ച് ജീവിക്കുന്ന കുറെ മനുഷ്യരുണ്ട് നമുക്ക് ചുറ്റും. ഒരുപക്ഷെ, നമ്മൾ ഓരോരുത്തരും ആ കൂട്ടത്തിൽ ഉണ്ടാകും. ഒന്നിന് പുറകെ ഒന്നൊന്നായി എത്ര എത്ര ചോദ്യങ്ങളാണ് ഓരോ മനുഷ്യ നും ദിവസവും നേരിടുന്നത്. അതിന്റെ ഏറ്റവും വലിയ നർമ്മ പ്രധാനമാ യ കാര്യം എന്തെന്നാൽ ചോദ്യങ്ങൾ നേരിടുന്നതും ചോദ്യങ്ങൾ ചോദി ക്കുന്നതും മനുഷ്യർ തന്നെയാണ് എന്നതാണ്.

ഈ താഴെ പറയുന്ന ചോദ്യങ്ങൾക്കാണ് ചോദ്യ കർത്താക്കൾ മുൻഗണന കൊടുക്കുന്നത്. അവസരോചിതമായി സാഹചര്യം അനുസ രിച്ചു വെവ്വേറെ ചോദ്യങ്ങളും ഉയർന്നു വരാറുണ്ട്.

S.S.L.C, Plus Two തുടങ്ങി റിസൾട്ട് വരുന്ന ദിവസങ്ങളിൽ ഫോണിനും നമ്മുടെ ചെവിക്കും റെസ്റ്റ് ഉണ്ടാകാറില്ല. നാട്ടുകാരുടെയും ബ ന്ധുക്കളുടെയും ചോദ്യം ഭയന്ന് അന്നേ ദിവസങ്ങളിൽ എത്ര ബാല്യങ്ങൾ സ്വയം ഇല്ലാതായിട്ടുണ്ട്. ബാംഗ്ലൂർ ഡെയ്സ് സിനിമയിൽ അജു പറയുന്ന ത് പോലെ പഠിത്തം കഴിഞ്ഞാൽ പിന്നെ ജോലി ആയില്ലേ എന്ന അടുത്ത ചോദ്യം പൂമുഖ പടിയിൽ ചോദിക്കാൻ വേണ്ടി കാത്തിരിക്കും.

എന്നാ മൊതലാലി ഞാൻ അങ്ങോട്ട് എന്ന് പറഞ്ഞ് പിന്നീട് കല്യാണത്തിന്റെയും, അതിന്റെ പുറകെയുള്ള വിശേഷത്തിന്റെയും ചോദ്യങ്ങൾ കടന്നു വരും. ഇനിയും ഇതൊന്നും ചോദിക്കാൻ ഇല്ലെങ്കിൽ അതി ഭീകരമായ ബോഡി ഷെയിമിംഗ് ചോദ്യങ്ങൾ ഉണ്ടാകും ചോദിക്കാ ൻ.

ഒരു കുട്ടിയുടെ ജയവും, തോൽവിയും അറിഞ്ഞിട്ട് നമുക്കെന്ത് കാര്യം? ആ കുട്ടി മധുര പലഹാരങ്ങളുമായിട്ട് നമ്മുടെ അരികിലേക്ക് വരികയാണെങ്കിൽ അവൻ ജയിച്ചു എന്ന് അനുമാനിക്കാം. അല്ലെങ്കിൽ ആ കുട്ടിയോട് ചോദിച്ചില്ല എങ്കിലും മുമ്പോട്ടുള്ള ദിവസങ്ങളിൽ

അവരോടു ചോദിക്കാതെ തന്നെ അതിന്റെ മറുപടി നമുക്ക് കിട്ടിയെന്നു വരും. ഇനിയും എന്നിട്ടും നമുക്ക് ഒരു കുട്ടിയുടെ റിസൾട്ട് അറിയാൻ പറ്റില്ല എന്ന് ഓർത്തു നെടുവീർപ്പിട്ടു ഇരിക്കാൻ വേണ്ടി ആ കുട്ടി നമ്മുടെ വീട്ടിലെ കുട്ടി ആയിരിക്കില്ലല്ലോ.

സ്വന്തം വീട്ടിലെ കുട്ടിയുടെ കാര്യമോർത്ത് മാത്രം നെടുവീർപ്പെടു ക. ജോലിയുടെയും, കല്യാണത്തിന്റെയും കാര്യവും അങ്ങനെ തന്നെ. സോഷ്യൽ മീഡിയ വളരെ സജീവമായി നിൽക്കുന്ന ഈ കാലത്ത് അവര വർ തന്നെ അവരുടെ ജോലിയുടെയും, കല്യാണത്തിന്റെയും കാര്യങ്ങൾ started working as... എന്ന് രേഖപെടുത്തിയും, Save The Date ആയിട്ടും പോസ്റ്റുകൾ ഇടാറുണ്ട്. അതും അല്ലെങ്കിൽ വിവാഹ ക്ഷണക്കത്ത് നിങ്ങ ളുടെ കൈയിൽ ഒരു ദിവസം കിട്ടിയിരിക്കും.

ഇനിയും വിശേഷത്തിലേക്ക് വരുകയാണെങ്കിൽ അത് ഭാര്യയു ടെയും, ഭർത്താവിന്റെയും മാത്രം സ്വകാര്യ തീരുമാനമാണ്. അതിലേക്ക് ചോദ്യങ്ങളുമായി വരുന്നത് തന്നെ ശിക്ഷാർഹമാണ് അതും. കല്യാണം പോലെ തന്നെ കൊച്ചിന്റെ പേരിടൽ ചടങ്ങിന് വിളിക്കുമ്പോൾ നമ്മൾക്ക് അറിയാൻ കഴിയും. ഇനി അവിടെയും നമ്മളെ വിളിച്ചില്ല എങ്കിൽ നമ്മു ടെ വിധി എന്ന് വിചാരിക്കണം.

നമ്മൾ മറ്റൊരാളെ വേദനിപ്പിച്ചു കൊണ്ട് ചോദിക്കുന്ന ഈ ഓരോ ചോദ്യങ്ങൾ കൊണ്ടും നമുക്ക് ഒരു പ്രയോജനവും ഉണ്ടാകുന്നില്ല എന്നത് ഒരു സത്യമാണ്. ഒരുപക്ഷേ, ചോദിക്കുന്ന ആൾക്ക് അവർക്ക് കിട്ടാൻ പോകുന്ന മറുപടി എന്താണെന്നും ചിലപ്പോൾ അറിയാമായിരി ക്കും.

ഇനിയെങ്കിലും ചോദ്യങ്ങൾ കൊണ്ട് നാം മനുഷ്യർ, വേറെ ഒരു മനുഷ്യനെ ബുദ്ധിമുട്ടിക്കാതെ ഇരിക്കുക. നമ്മുടെ ഓരോരുത്തരുടെയും സംസാരവും, പ്രവർത്തിയും കൊണ്ട് മറ്റൊരാളുടെ മുഖത്ത് സന്തോഷം വരാനുള്ള ഒരു കാരണമായി മാറാൻ ശ്രമിക്കുക.

കേൾക്കാൻ ഇഷ്ടമില്ലാത്ത ചോദ്യങ്ങൾ ചോദിച്ചു ആരെയും വേദനപ്പിക്കാതെ മുന്നോട്ട് പോകുക. ചോദ്യങ്ങളെ ഭയാക്കാതെ അവരവ രുടെ ജീവിതം ജീവിക്കാൻ എല്ലാവരെയും എല്ലാവരും അനുവദിക്കുക.

തീരയും തീരവും

ജീവിത്തിന്റെ സഹിക്കാൻ കഴിയാത്ത നോവുമായി കണ്ണീരോടെ കടൽ തീരത്തെത്തിയ ഒരു അപരിചിതൻ തീരത്തിനോട് ചോദിച്ചു

"ആയിരകണക്കിന് ആളുകൾ അല്ലേ ഒരുദിവസം നിന്നെ ചവിട്ടി മെതിച്ചു പോകുന്നത്, ഈ വേദനയൊക്കെ നീ എങ്ങനെ സഹിക്കുന്നു?" തീരം ഒരു ചെറുപുഞ്ചിരിയോടെ പറഞ്ഞു.

"ഓരോരുത്തരും ചവിട്ടി മെതിച്ചു പോകുമ്പോഴേക്കും കടൽ വന്ന് എന്റെ ആ വേദനകളെ തലോടി ഇല്ലാതെയാക്കും. തലോടാൻ കട ൽ ഉള്ളിടത്തോളം കാലം എന്റെ വേദനകളെ ഞാൻ അറിയാൻ പോകു ന്നില്ല."

എത്ര വലിയ വേദനകളിലും തലോടാൻ ഒരാൾ ഉണ്ടായാൽ മതി, ആ വേദന പതിയെ ആണെങ്കിലും ഇല്ലാതാവും.

എന്റെ ശോഭനമേ

പ്രിയപ്പെട്ട എഴുത്തുകാരൻ ശ്രീ ബെന്യാമിൻ എഴുതിയത് പോ
ലെ

"നാം അനുഭവിക്കാത്ത ജീവിതങ്ങളൊക്കെയും നമുക്ക് വെറും
കേട്ടുകഥകൾ മാത്രമാണല്ലോ".

എനിക്കും ക്യാൻസർ എന്നത് അങ്ങനെ ആയിരുന്നു. അറിയാ
വുന്ന ആർക്കെങ്കിലും രോഗം ഉണ്ടെന്ന് അറിഞ്ഞാൽ,

"കുഴപ്പമൊന്നും ഉണ്ടാവില്ല, ധൈര്യമായി ഇരിക്ക്" എന്ന് പറഞ്ഞു
കൊടുത്ത എനിക്ക് എന്റെ വീട്ടിലേക്ക് ഈ രോഗം കടന്നുവന്നപ്പോൾ
ഞാൻ എന്നെ തന്നെ മറന്നു തകർന്നു പോയി. എനിക്ക് കരയാൻ അല്ലാ
തെ ഒന്നിനും കഴിയാത്ത അവസ്ഥ വന്നു.

"എടീ ദേ ഒന്ന് നോക്കിയേ കുളിച്ചപ്പോൾ ഇവിടെ ഒരു തടിപ്പ്."
അവിടെ നിന്നു തുടങ്ങിയതാണ് ഞങ്ങളുടെ ക്യാൻസർ യാത്ര. തിരിച്ചും,
മറിച്ചും ഗൂഗിൾ സർച്ച് ചെയ്ത് നോക്കുമ്പോഴെല്ലാം മനസ്സിലുള്ള പ്രാർത്ഥ
ന ക്യാൻസർ ആകരുതേ എന്ന് മാത്രമായിരുന്നു.

ബയോപ്സി റിപ്പോർട്ട് കൺഫേം ആയി കഴിഞ്ഞ് ആശുപത്രി
വരാന്തയിൽ വെച്ച്

"നിങ്ങൾ എന്നെ ഇട്ടിട്ട് പോകുമോ?" എന്ന് അമ്മയോട് ചോദിച്ച്
പരിസരം പോലും നോക്കാതെ അമ്മയുടെ കൈയിൽ പിടിച്ച് അലറി
കരഞ്ഞ എന്റെ നിസ്സഹായ അവസ്ഥയെ ഞാൻ ഇന്നും പേടിയോടെയാ
ണ് ഓർക്കുന്നത്. ആ രാത്രിയിൽ അലറി കരഞ്ഞു നിലവിളിച്ചു നിധിയാ
യോട് ഞാൻ പറഞ്ഞത് ഇത്ര മാത്രമായിരുന്നു.

"എനിക്ക് അമ്മയോട് ഭയങ്കര കൊതി തോന്നുന്നു എടീ". എപ്പോ
ഴും വേണം എന്നും, ഒരിക്കലും തീർന്നു പോകരുത് എന്ന ആഗ്രഹത്തോ
ടെ കഴിക്കുന്ന അത്രയും ഇഷ്ടപ്പെട്ട ഒരു ആഹാരത്തോട് തോന്നുന്നപോ
ലെ ഉള്ള അതേ കൊതിയാണ് അന്ന് മുതൽ എനിക്ക് അമ്മയോട്
തോന്നി തുടങ്ങിയത്. ഒരു പരിധിവരെ അമ്മ കണ്ടും കാണാതെയും
കരയാൻ മാത്രമേ എനിക്കും അച്ചായിക്കും കഴിഞ്ഞുള്ളു എന്നതാണ്
സത്യം.

"നിന്റെ പഠിപ്പും നിന്റെ അച്ഛയുടെ പഠിപ്പീരും ഒരിക്കലും അവ

സാനിക്കില്ലല്ലോ, ആ പഠിക്ക് ഇപ്പോഴേ അതൊക്കെ പറ്റു." എന്ന് പറഞ്ഞ് അടുക്കളയുടെ എല്ലാ വാതിലുകളും എനിക്ക് നേരെ അടച്ച അമ്മയെ കാഴ്ചക്കാരിയാക്കി ശൂന്യതയിൽ നിന്ന് ഞാൻ ഉത്തരവാദിത്തങ്ങൾ ഏറ്റെടുക്കാൻ തുടങ്ങി. അമ്മയുടെ രുചിക്കൂട്ട് നാവിൽ നിന്ന് പടിറങ്ങി പോയ അന്ന് അവസാനിച്ചതാണ് എന്നിലെ ഭക്ഷണ പ്രിയ.

"നിന്നെ ഇങ്ങനെ കാണാൻ ഞങ്ങൾക്ക് വയ്യ! നീ വേണം അമ്മയക്ക് ധൈര്യം കൊടുക്കാൻ" എന്ന് എന്നോട് പറഞ്ഞവരുടെ നേരെ എനിക്ക് കരയാൻ മാത്രമേ കഴിഞ്ഞുള്ളു. അത്രമേൽ പ്രിയപ്പെട്ട, എപ്പോ ഴും അമ്മയുടെ ഒപ്പം നടന്നു പോയി നാട്ടുകാരെ എല്ലാം കണ്ട് വർത്തമാ നം പറഞ്ഞു പോയ ഞങ്ങളുടെ നടന്നുള്ള മുക്കൂട്ടുതറ യാത്ര എല്ലാവരു ടെയും 'അമ്മ എവിടെ' എന്നുള്ള ചോദ്യം ഭയന്ന് ഞാൻ ഒഴിവാക്കി.

ഒരുപാട് നാളുകൾക്ക് ശേഷം ഞാൻ ഇല്ലാതെ അമ്മ പോയ ഒരു യാത്രയായിരുന്നു സർജറി മുറിയിലേക്ക്. അന്ന് ശരിക്കും എനിക്ക് ഒരു ഒറ്റപ്പെടൽ ആയിരുന്നു. അന്നത്തെ ഉറക്കമില്ലാ രാത്രിയിൽ എന്റെ വലത് മാറിടം വല്ലാതെ വിങ്ങുന്നുണ്ടായിരുന്നു. സർജറി കഴിഞ്ഞു ഐസിയുവി ലേക്ക് ഞാൻ കാണാൻ വരില്ല എന്ന് ഞാൻ നേരത്തെ പറഞ്ഞിരുന്നു.

"കാത്ത് സൂക്ഷിച്ചോർ കസ്തൂരി മാമ്പഴം ജോജോ ഡോക്ടർ മുറിച്ചു കൊണ്ടുപോയി". റൂമിലേക്ക് വന്ന് കുളിക്കാൻ കേറിയപ്പോൾ ശൂന്യമായ വലത് ഭാഗം നോക്കി അമ്മ ഇങ്ങനെ പറഞ്ഞപ്പോൾ 'പോട്ടെ സാരമില്ല' എന്ന് മാത്രമേ അമ്മയുടെ മുഖത്ത് നോക്കാതെ എനിക്ക് പറയാൻ കഴിഞ്ഞുള്ളു. പിന്നീട് സർജറിയും കീമോയുടെ ബുദ്ധിമുട്ടികളി ലും എല്ലാം അമ്മയെക്കാൾ തകർന്ന് നിന്നത് ഞാനായിരുന്നു.

ഞങ്ങൾ തകർന്ന് അടിഞ്ഞപോയ എല്ലാ നിമിഷങ്ങളും

"വന്നത് വന്നു ഇനി അതിന്റെ ബാക്കി നോക്കാം" എന്ന് പറഞ്ഞ അമ്മയുടെ ധൈര്യം എന്നിൽ എവിടെയൊക്കെയോ പ്രതീക്ഷ നൽകി. ഏതൊരു അമ്മയെ പോലെയും ഏറ്റവും കൂടുതൽ നിറഞ്ഞ സന്തോഷ ത്തോടെ മുന്നിൽ ഉണ്ടാവണം എന്ന് അമ്മ ആഗ്രഹിച്ച നിമിഷങ്ങൾ ആയിരുന്നു എന്റെ പെണ്ണ് കാണൽ ചടങ്ങും, വിവാഹ നിശ്ചയവും. പക്ഷേ, അമ്മയ്ക്ക് അവിടെ അതൊന്നും കാണാൻ കഴിയാതെ നിസ്സഹാ യതയോടെ ഒറ്റയ്ക്ക് ഒരു മുറിയിൽ കിടക്കാൻ മാത്രമേ കഴിഞ്ഞുള്ളൂ.

"എനിക്ക് പത്തെണ്ണം ഒന്നും ഇല്ല, ആകെ ഒരെണ്ണമെ ഉള്ളു. അതിന്റെ കല്യാണത്തിന്, ആ ഒറ്റ ദിവസമെങ്കിലും എനിക്ക് പഴയത് പോലെ മുടിയൊക്കെ ഉള്ളത് പോലെ നന്നായി നിൽക്കണം" എന്നത് അമ്മയുടെ വാശിയായിരുന്നു. ആ വാശിയിൽ അമ്മ വിജയിച്ചു.

ശരിക്കും ആ വിജയത്തിന്റെ രുചി കാത്തിരുന്നത് ഞാനും അച്ചയും ആയിരുന്നു.

നല്ല വാശികൾ ഒക്കെയും എന്നും വിജയിച്ചിട്ടേ ഉള്ളൂ. പലപ്പോ ഴും ഞാൻ അമ്മയോട് പറഞ്ഞിട്ടുള്ള ഒരു കാര്യമുണ്ട്.

"അമ്മ പുലിയാണ് കേട്ടോ" എന്ന്. അപ്പോൾ അമ്മ പറയുന്ന ഒരു മറുപടി ഉണ്ട്.

"അല്ലടി, നിന്നെ രണ്ടിനെയും പോലെ എന്തെങ്കിലും വരുമ്പോൾ ഞാൻ കരഞ്ഞുകൊണ്ട് ഇരിക്കാം. എന്നെ അതിന് കിട്ടില്ല".